टाईम
मॅनेजमेंट

सुधारित आवृत्ती

टाईम मॅनेजमेंट

वेळेच्या सर्वश्रेष्ठ उपयोगाचे ३० सिद्धान्त

डॉ. सुधीर दीक्षित

अनुवाद : प्राजक्ता चित्रे

MANJUL

मंजुल पब्लिशिंग हाउस

MANJUL

मंजुल पब्लिशिंग हाउस

पुणे संपादकीय कार्यालय
फ्लॅट नं. 1, पहिला मजला, समर्थ अपार्टमेंट्स, 1031,
टिळक रोड, पुणे - 411 002

व्यावसायिक आणि संपादकीय कार्यालय
दुसरा मजला, उषा प्रीत कॉम्प्लेक्स, 42 मालवीय नगर, भोपाळ - 462 003

विक्री आणि विपणन कार्यालय
सी-16, सेक्टर 3, नोएडा, उत्तर प्रदेश - 201301, इंडिया

www.manjulindia.com

वितरण केंद्रे
अहमदाबाद, बेंगलुरू, भोपाळ, कोलकाता, चेन्नई,
हैदराबाद, मुंबई, नवी दिल्ली, पुणे

सुधीर दीक्षित लिखित *टाईम मॅनेजमेंट*
या मूळ हिन्दी पुस्तकाचा मराठी अनुवाद

मराठी आवृत्ती 2015 साली प्रथम प्रकाशित
प्रस्तुत सातवी आवृत्ती 2022 साली प्रकाशित

ISBN : 978-81-8322-586-1

मराठी अनुवाद : प्राजक्ता चित्रे

मुद्रण व बाइंडिंग : रेप्रो इंडिया लिमिटेड

अनुक्रमणिका

नवीन आवृत्तीची प्रस्तावना........................७

भाग पहिला : तीन मूलभूत प्रश्न ९

पहिला प्रश्न : आजकाल वेळाची एवढी कमतरता का भासते?..............................११

दुसरा प्रश्न : आपल्या जवळ खरंच किती वेळ आहे?.......१५

तिसरा प्रश्न : तुमचा वेळ किती मौल्यवान आहे?........१८

भाग दुसरा : वेळाच्या सर्वश्रेष्ठ उपयोगाचे ३० सिद्धांत.............................. २१

१. वेळाचं लॉगबुक ठेवा...................................२३

२. आर्थिक ध्येय ठरवा....................................२८

३. सगळ्यात महत्वाचे काम सर्वात आधी करा.........३२

४. प्रवासाच्या वेळाचा भरपूर उपयोग करा...............३५

५. इतरांवर कामे सोपवा (डेलिगेशन)......................३९

६. पॅरेटोचा २०/८० चा नियम जाणून घ्या................४२

७. पार्किन्सनच्या नियमाचा लाभ घ्या.......................४५

८. तुमच्या सर्वोत्कृष्ट वेळेत काम करा......................४८

९. स्वतःला शिस्त लावा..५१

१०. वेळापत्रक बनवा..५४

११. कर्म करत राहा...५७

५

अनुक्रमणिका

१२. आपली कार्यक्षमता वाढवा........................६०
१३. डेडलाईन निश्चित करा..............................६४
१४. वेळ विकत घ्यायला शिका.........................६९
१५. भविष्यातील लाभासाठी वर्तमानात त्याग करा......७३
१६. ठरलेल्या वेळी काम करा..........................७६
१७. वेळाच्या बरबादीचा गुरुत्वाकर्षणाचा नियम
जाणून घ्या...७९
१८. न्यूटनच्या गतीच्या पहिल्या नियमाचा लाभ घ्या...८४
१९. तुम्ही किती वेळ काम केले ते महत्त्वाचे नाही!
त्याचा परिणाम महत्त्वाचा आहे.................८७
२०. कोणते काम कधी करायचे ते निश्चित करा.........९१
२१. सकाळी लवकर उठा...................................९५
२२. एक तास व्यायाम करा..............................९८
२३. टीव्ही पासून सावधान..............................१०१
२४. मोबाईलचा वापर कमीत कमी करा............१०५
२५. इंटरनेटवर वेळ वाया घालवू नका................१०९
२६. आळसापासून सावध रहा..........................११२
२७. टोलवाटोलवी करू नका. चालढकल करू नका..११५
२८. दुसऱ्या दिवशीचे वेळापत्रक बनवून सुप्त मनाच्या
शक्तीचा लाभ घ्या.................................११८
२९. वाईट सवयीपासून दूर रहा.........................१२१
३०. सापेक्षतेचा नियम समजून घ्या...................१२४

६

नवीन आवृत्तीची प्रस्तावना

> *या जगात फक्त एकच असा कोपरा आहे की ज्याला सुधारणे पूर्णपणे तुमच्या हातात आहे आणि तो म्हणजे तुम्ही स्वतः.*
>
> — आल्डस हक्सले

टाइम मॅनेजमेंट या पुस्तकाला वाचकांचा भरघोस प्रतिसाद मिळाला याचा मला अतिशय आनंद वाटत आहे. हे पुस्तक वाचकांसाठी इतके उपयुक्त ठरले की गेल्या पाच वर्षांत त्याच्या अनेक आवृत्या हातोहात खपल्या. हे पुस्तक जरा जास्तच छोटे आहे अशी तक्रार वाचक वारंवार त्यांच्या पत्रांतून करत होते. पुस्तकाचा आकार जाणूनबुजून छोटा ठेवला होता. जर वेळाच्या बचतीचे पुस्तकात अनेक उपाय सांगायचे, तर पुस्तक वाचण्यात फार वेळ जायला नको हा विचार पुस्तकाचा आकार लहान ठेवण्यामागे होता. मात्र लेखकाला वाचकांच्या सल्ल्याचाही मान राखला पाहिजे याकरिता त्यांच्या मागणीनुसार आता पुस्तकाचा आकार थोडा मोठा केला आहे. अगदी थोडासाच.

मूळ आवृत्तीत वेळाच्या सर्वश्रेष्ठ उपयोगाचे १० सिद्धांत सांगितले होते. या आवृत्तीत ३० सिद्धांत देत आहे. त्यामुळे वाचकांना याचा अधिक लाभ होईल. गेल्या पाच वर्षांत मी ज्या

नव्या, उपयोगी गोष्टी शिकलो आणि ज्याचा वेळाच्या व्यवस्थापनासाठी फायदा होईल असे वाटलं अशा सर्व गोष्टींचा समावेश या आवृत्तीत केला आहे.

या आवृत्तीमधील एक महत्वाचा बदल म्हणजे जुन्या आवृत्तीतील मल्टी टास्किंग हा भाग वगळला आहे. नवीन संशोधनातून असे समजले आहे की मल्टी टास्कींग म्हणजे एकाच वेळेला अनेक कामे करणे पुरुषांना अवघड तर जातेच शिवाय तसे करायला गेले तर कामाच्या गुणवत्तेवर आणि एकाग्रतेवर परिणाम होतो. पाब्लीलीयास सायरसने म्हटलेच आहे, एका वेळी दोन कामे करायला जाल तर एकही काम धड होणार नाही.

पुस्तकाच्या या नव्या स्वरुपासाठी मी प्रकाशक विकास राहेजा यांचे विशेष आभार मानतो. त्यांच्या सततच्या प्रेरणेशिवाय आणि आग्रहाशिवाय हे कार्य झालं नसतं.

– डॉ. सुधीर दीक्षित

तुम्ही नाही तर मग कोण? आता नाही तर मग केव्हा?

– अज्ञात

भाग पहिला :
तीन मूलभूत प्रश्न

पहिला प्रश्न

आजकाल वेळाची एवढी कमतरता का भासते?

> *दिवस चोवीस तासांचा काळ, ज्यातला अधिकांश वायाच जातो.*
>
> – एम्ब्रोज बियर्स

आजकाल आपल्याला वेळ पुरत का नाही यावर तुम्ही कधी विचार केला आहे का? वेळेत कामे झाली नाहीत किंवा केली नाहीत की आपली चिडचिड होते, संताप होतो, राग येतो, तणाव वाढतो. वेळ पुरत नाही म्हणून सगळेजण कायम घाई गडबडीत दिसतात. या सगळया भानगडीत मग ब्लडप्रेशर वाढते, मानसिक संतुलन बिघडते आणि कधी कधी तर अपघातही होतात. वेळाची कमतरता हे आपल्या जीवनातील एक कटू पण अपरिहार्य सत्य आहे.

आपल्या पूर्वजांना अशा टाइम मॅनेजमेंटची गरज कधी पडल्याचे तुम्ही कधी ऐकले आहे का? मग आपल्यालाच का बरे या गोष्टीचा विचार करावा लागतोय? आपल्या पूर्वजांनाही दिवसाचे २४ तासच मिळत होते त्यांचा दिवस ४८ तासांचा नव्हता. प्रत्येक पिढीला तर दिवसाचे २४ तासच मिळतात. पण विसाव्या शतकाच्या सुरुवातीपासून वेळ अपुरा पडू लागला आणि वेळाची ही कमतरता दिवसेंदिवस वाढतच चालली आहे.

हे किती विचित्र आहे ना, कारण विसाव्या शतकाच्या सुरूवातीपासून माणसाने वेळ वाचवण्यासाठी विविध उपकरणे शोधायला सुरुवात केली.

विसाव्या शतकापूर्वी कार, मोटारसायकल, किंवा स्कूटर नव्हती. मात्र आपल्या पूर्वजांना कुठे जायची घाईही नव्हती. गृहिणींच्या हाताशी मिक्सर, फूड प्रोसेसर किंवा मायक्रोवेव्ह अशा सोई नसताना पाट्यावर मसाला वाटताना किंवा चुलीवर भाकरी भाजताना त्यांची कधी घाईगडबड नव्हती. पूर्वी वीज नव्हती. पण रात्र रात्र जागून कामेही करावी लागत नव्हती. त्यावेळचं जगणंच साधं सोपं होतं कारण तेव्हा माणसाचं दैनंदिन आयुष्य घड्याळाच्या काट्यावर अवलंबून नव्हत. औद्योगिक क्रांतीनंतर कारखाने, ऑफिस आणि नोकरी या चक्रात माणूस सापडला. तेव्हापासून तो घड्याळाचा गुलाम झाला.

पूर्वी आयुष्यं साधं सोपं होतं आणि आता ते गुंतागुंतीचं झालंय हेच आपल्या समस्येचं मूळ कारण आहे. पूर्वी आयुष्य संथ गतीने चालायचं आता ते वेगवान झालंय. इंटरनेट आपल्या जगण्याचा अविभाज्य भाग बनलाय, त्यामुळे एका क्षणात आपण जगाशी जोडले जातो. आता टीव्हीमुळे बटन दाबताच जगभरच्या बातम्या आपल्याला कळतात. कार, विमाने अशा प्रवासाच्या साधनांमुळे आता आपण जगाच्या पाठीवर कुठूनही कुठेही वेगाने पोचू शकतो. आता आपल्याजवळच्या थ्रीजी मोबाईलमुळे आपण हवे त्याच्याशी बोलू शकतो, बघू शकतो.

काही वेळा प्रश्न उत्तरापेक्षा अधिक महत्वाचे असतात.

– नैन्सी विलार्ड

अशा आधुनिक शोधांमुळे आपल्या जीवनाचा वेग वाढलाय आणि त्याचबरोबर वेळाच्या अभावाचं कारणही ही आधुनिक उपकरणेच आहेत. त्यांच्यामुळे आपण जगाशी जोडले जातोय पण कदाचित स्वतःपासून दूर जातोय.

तुम्हाला जर खरोखरच वेळाच्या सदुपयोगाचा गांभीर्याने विचार करायचा असेल तर यावरचा साधा सरळ उपाय म्हणजे या आधुनिक उपकरणांपासून दूर राहा आणि परत एकदा जुन्या जीवनशैलीचा स्वीकार करा. असे केलेत तर तुमचे जगणे सोपे होईल. नाही नाही... म्हणजे तुम्ही मातीची चूल वापरा किंवा मुंबईपासून दिल्लीपर्यंत पायी जा असे नाही. मोबाईल, टीव्ही, इंटरनेट, चॅटिंग अशा वेळ वाया घालवणाऱ्या गोष्टींचा वापर कमी करा एवढंच माझं सांगणं आहे.

पूर्वी घड्याळ आपल्यावर हुकूमत गाजवत नव्हतं याच कारण म्हणजे बहुतांश लोकांकडे घड्याळच नव्हतं. घड्याळाच्या गजराची गरज नव्हती कोंबडयाची बांग झोपेतून उठवायची. सकाळी उठून ८:१८ ची लोकल पकडायचा ताण नव्हता. एखादे काम सकाळी नऊच्या ऐवजी सव्वानऊला झालं तरी चालत होतं. काहीच फरक पडत नव्हता. पण आज मात्र पडतो.

हे पुस्तक पुढे वाचायच्या आधी एक गोष्ट नीट समजून घ्या, मधुमेह, उच्च रक्तदाब, कोलेस्टरॉल आणि हृदयरोग

> ***जग खूपच बदलतंय. आता मोठे लहानांना हरवत नाहीत तर वेगवान माणूस कमी वेगाने वाटचाल करणाऱ्या व्यक्तीचा पराभव करेल.***
>
> **– रुपर्ट मरडॉक**

याप्रमाणे वेळाचा अभाव ही देखील एक आधुनिक समस्या आहे आणि या समस्येचे मूळ आधुनिक जीवनशैलीत आहे. जर तुम्हाला या समस्येवर उपाय हवा असेल तर तुम्हाला तुमची जीवनशैली बदलावी लागेल. लक्षात ठेवा, जग बदलणार नाही, बदलावं तुम्हालाच लागेल. जर तुम्ही तुमची जीवनशैली आणि विचारसरणी बदलली तर तुमच्या आयुष्यातलं वेळाचं समीकरणही बदलेल. अल्बर्ट आईनस्टाईनने म्हटले होते, ''आपल्यासमोर ज्या महत्त्वाच्या समस्या ठाकलेल्या असतात, त्या, विचारांच्या ज्या पातळीवर आपण निर्माण केल्या, त्याच पातळीवरून सोडवता येत नाहीत.''

आता चेंडू तुमच्या कोर्टात आहे. आपले विचार बदला, जीवनशैली बदला आणि वेळाचं योग्य व्यवस्थापन करून तुमचं जीवन बदला. या संदर्भात आधुनिक व्यवस्थापन शास्त्रातले गुरु पीटर ड्रूकर यांचे शब्द लक्षात ठेवा, ''जोपर्यंत आपण वेळाच व्यवस्थापन करू शकत नाही तोपर्यंत आपण कोणत्याच गोष्टीचे व्यवस्थापन करू शकत नाही.''

आधुनिक औद्योगिक युगातील सगळयात महत्वाचे यंत्र हे वाफेचे इंजिन नसून घड्याळ हे आहे.

– लुईस ममफोर्ड

दुसरा प्रश्न

आपल्या जवळ खरंच किती वेळ आहे?

माझ्याजवळ थोडाही फावला वेळ नाही असं तुम्ही कसं काय म्हणू शकता? हेलन केलर, लुई पाश्चर, माईकेल एन्जेलो, मदर टेरेसा, लिओनार्दो दा विंची, थॉमस जेफरसन आणि अल्बर्ट आइनस्टाइन यांच्याजवळ, दिवसाचे जितके तास होते तेवढेच तुमच्याही जवळ आहेत.

– एच. जॅकसन ब्राऊन

विधात्याने माणूस घडवताना काहीजणांना अधिक तर काहीजणांना कमी सौंदर्य बहाल केलं आहे. तेच आपण बुद्धीच्या किंवा संपत्तीच्या बाबतीत म्हणू शकतो. सौंदर्य, पैसा, बुद्धी यांच्याबाबतीत कमी अधिक होऊ शकतं मात्र वेळ ही गोष्ट अशी आहे की, ती मात्र त्याने सर्वांना एकसारखी दिली आहे. एका दिवसाचे २४ तास! वेळ ही अशी संपत्ती आहे जी बँकेत जमा करता येत नाही. वेळ पुढे सरकणं तुमच्या हातात नाही. घड्याळाच्या काट्यांबरोबर वेळ पुढे पुढे सरकत रहातो आणि आपल्या हातातून निसटतो. या वेळाचा आपण कसा उपयोग करतो तेच फक्त आपल्या हातात रहातं. वेळाचा सदुपयोग केलात तर परिणाम चांगले होतात. दुरुपयोग केलात तर वाईट परिणाम येतात.

एक गोष्ट लक्षात घ्या, म्हणायला आपल्याकडे २४ तास असतात. पण वास्तविक एवढे तास आपल्याला मिळत नाहीत. खरं तर वेळाच्या मोठया भागावर आपलं नियंत्रण नसते. ८ तास झोपेत जातात आणि २ तास खाणं पिणं आणि इतर दैनंदिन गोष्टीत जातात. याचा अर्थ आपल्या हातात खरेतर १४ तासच उरतात. दुसऱ्या शब्दांत सांगायचं तर ५८% वेळाचे नियंत्रण करणं आपल्याला शक्य आहे. उरलेल्या ४२% वर आपलं नियंत्रण नाही. सोईसाठी असं म्हणूया की ४०% वेळावर आपला ताबा नाही, ६०% वेळावर आहे.

भर्तृहरीने या संदर्भात अनेक शतकांपूर्वी जे म्हटले आहे ते आजही लागू पडतं. विधात्याने माणसाला १०० वर्षांचे आयुष्य दिले आहे. त्यातील निम्मे रात्रीत निघून जाते, उरलेल्या निम्म्यातील अर्धा भाग लहानपण आणि वृद्धावस्थेत खर्च होते. जी काही २५ वर्षे उरतात त्यात माणसाला आजारपण, वियोग अशी अनेक दुःखे सहन करावी लागतात, नोकरी करावी लागते. त्यामुळे पाण्यावर उठणाऱ्या तरंगांसारखं चंचल असलेल्या आयुष्यात सुखाला काडीमात्र जागा नाही.

वेळ ही अमूल्य गोष्ट आहे. कारण ती जगातील एकमेव अशी गोष्ट आहे की, ती मर्यादित आहे. तुम्ही पैसा गमावलात

गमावलेला पैसा स्वकष्टाने परत मिळवू शकता, गमावलेलं ज्ञान पुन्हा अभ्यासाने कमावू शकता, गमावलेलं आरोग्य औषधोपचाराने आणि संयमाने परत मिळवू शकता. मात्र गेलेला वेळ हा तुम्ही कायमचाच गमावलेला असतो; तो परत मिळवता येत नाही.

– सॅम्युअल स्माईल्स

तर तो परत मिळवू शकता. घर गमावलेत तर परत घेऊ शकता. मात्र वेळ घालवला तर तो परत येत नाही. आपल्याजवळ आयुष्यात वेळ खूप कमी आहे आणि तो मर्यादित आहे. जर आपण आपलं आयुष्य शंभर वर्षांचं मानलं तर आमच्या जीवनात ३६,५०० दिवसच असतात. आता लगेच हिशोब करा की या ३६,५०० दिवसातील तुमच्याजवळ किती दिवस उरलेले आहेत? या उरलेल्या किती दिवसांत तुम्हाला तुमची ध्येयसिद्धी प्राप्त करायची आहे? पुढे दिलेल्या सोप्या आकडेवारीनुसार तुम्ही स्वतःच तुमच्याकडे किती दिवस शिल्लक आहेत ते पडताळून पहा.

आयुष्याचे एकूण दिवस	**=**	**३६,५००**
गेलेले दिवस (तुमचं वय x ३६५)	**=**	**..................**
उरलेले दिवस	**=**	**...................**

जर आयुष्यात काही बनायचे असेल, करायचे असेल, कमवायचे असेल, तर वेळाचा जास्तीत जास्त, सर्वोत्तम उपयोग कसा करता येईल ते शिकलं पाहिजे. कारण या भूतलावरील आपल्याकडे असलेल्या मर्यादित वेळेत आपल्याला पैसा, प्रसिद्धी सुख, यश जे काही हवं ते मिळवायचं आहे.

कॅलेंडर फसवं असतं. आपण जितक्या दिवसांचा उपयोग करू तितकेच दिवस वर्षात असतात. एक व्यक्ती एका वर्षाचा केवळ एका आठवडयाइतकाच उपयोग करून घेऊ शकते. तर दुसरी व्यक्ती एकाच आठवडयात संपूर्ण वर्षाइतके मूल्य कमावते.

– चार्ल्स रिचर्डस्

तिसरा प्रश्न

तुमचा वेळ किती मौल्यवान आहे?

वेळ हे तुमच्या जीवनातलं एक नाणं आहे. तुमच्याकडे तेवढं एकच नाणं आहे आणि ते कसं खर्च करायचं ते फक्त तुम्हीच ठरवू शकता. त्यामुळे सावध रहा, नाहीतर तुमच्याऐवजी दुसरेच कुणी ते खर्च करतील.

– कार्ल सॅण्डबर्ग

वेळ ही संपत्ती आहे असे म्हंटले जाते. मात्र ही म्हण पूर्णपणे खरी नाही. खरी गोष्ट अशी आहे की वेळ ही संपत्तीची शक्यता आहे. जर तुम्ही वेळाचा सदुपयोग केला तरच तुम्ही पैसा मिळवू शकता. या उलट तुम्ही जर वेळाचा दुरुपयोग केला तर पैसे कमवण्याची शक्यता तुम्ही गमावता.

तुमच्याकडे असलेला वेळ किती किमती आहे, हे तुम्हाला खरंच नक्की माहीत आहे? नसेल तर पुढे दिलेल्या सूत्राचा प्रयोग करून जाणून घ्या.

वेळाचे मोल जाणून घेण्याचे सूत्र :

तुमच्या एका तासाचे मोल = तुमची कमाई/कामाचे तास.

तुमच्या कमाईला कामाच्या तासांनी भागल्यावर तुम्हाला तुमच्या एका तासाच्या वेळाचे आजचे मोल कळेल.

समजा तुम्ही महिना २०,००० रुपये कमवत आहात आणि त्यासाठी महिन्याला २५ दिवस रोज ८ तास काम करत आहात. याचा अर्थ तुम्ही एकूण २०० तास काम करत आहांत. याचा अर्थ तुमच्या एका तासाचं मूल्य होईल २००००(कमाई)/ २०० (कामाचे तास) = रुपये १००.

या उदाहरणावरून असं लक्षात येईल की जर तुम्ही रोज १ तास वाया घालवला तर याचा अर्थ तुम्हाला रोज रु. १०० चं नुकसान होत आहे. याचा अर्थ एका वर्षात तुम्ही रु.३६,००० गमावत आहांत. तुम्ही जर दोन तास वाया घालवत असाल तर त्याचा अर्थ तुम्ही वर्षाला रु. ७२,००० वाया घालवत आहात. असा हिशोब केल्यावर तुमचे डोळे उघडतील. यावरुन एकतर तुमच्या लक्षात येईल की, वेळ वाया घालवल्यामुळे तुमचं केवढं आर्थिक नुकसान होईल. त्यामुळे तुम्ही वेळ वाया घालवणार नाही. दुसरं म्हणजे या हिशोबावरुन तुम्हाला असं वाटलं की, आपल्या एका तासाचं सद्यःस्थितीतलं मूल्य समाधानकारक नाही तर ते वाढवण्याचे प्रयत्न तुम्ही कराल.

या सूत्राचा एकदाच प्रयोग करून तुमच्या जीवनात एक अद्भूत परिवर्तन येईल. वेळाचा उपयोग करताना तुम्ही अधिक सावध रहाल. वेळ वाया घालवणं तुम्ही थांबवाल. तुमच्या हातात असलेल्या वेळाचा जास्तीत जास्त चांगला उपयोग

आधुनिक मनुष्य अशा गोष्टींसाठी पैसे कमवण्याच्या मागे वेडयासारखा लागला आहे की, ज्यांचा आनंद, वेळाच्या अभावी त्याला घेता येत नाही.

– फ्रॅंक ए.क्लर्क

करण्याचे मार्ग तुम्ही शोधून काढाल. कमी वेळेत जास्त काम कसं करता येईल यावर उपाय शोधाल आणि हे सर्व कशामुळे, तर आपल्या कामाचं एक मिनिटही वाया घालवल्यामुळे आपलं केवढं आर्थिक नुकसान होतयं हे समजल्याचा परिणाम म्हणून!

> ***माणूस खर्च करू शकत असलेल्या गोष्टींमधील सर्वात मौल्यवान गोष्ट म्हणजे "वेळ".***
>
> **– थियोफ्रेस्टस**

भाग दुसरा :
वेळाच्या सर्वश्रेष्ठ उपयोगाचे
३० सिध्दांत

1

वेळाच्या सर्वश्रेष्ठ उपयोगाचा पहिला सिद्धांत

वेळाचं लॉगबुक ठेवा

> *घड्याळाकडे बघत बसू नका. जे घड्याळ करतं ते तुम्ही करा. चालत रहा.*
>
> – सॅम्युअल लीवेन्सन

ज्या प्रमाणे तुम्ही पैशाचं अंदाजपत्रक बनवता तसंच वेळाचंही अंदाजपत्रक बनवा. ते बनवताना, आपले पैसे कुठे खर्च होत आहेत याचा हिशोब ठेवावा लागतो. वेळाच्या बाबतीतही हेच धोरण ठेवा. एका डायरीत एका आठवडयात कोणत्या कामावर किती वेळ खर्च झाला याच्या नोंदी ठेवा. ड्रायव्हरांच्या भाषेत त्याला लॉगबुक म्हणतात, गाडी किती किलोमीटर चालली आणि कुठपर्यंत चालली याचा हिशोब ते यात लिहितात. वेळाच्या अशा लॉगबुकमध्ये तुम्ही जेवढा बारीक–सारीक हिशोब लिहाल, तितका तुम्हांला जास्त फायदा होईल. या लॉगबुकमध्ये पहिल्या स्तंभात त्या कामासाठी घालवलेल्या वेळाचा हिशोब लिहा म्हणजे एखादी महत्त्वाच्या गोष्टीची नोंद सुटून जाणार नाही.

सकाळी ६ ते ६.३०	उठणे, चहा करणे, नित्यकर्म
सकाळी ६.३० ते ७	शेजाऱ्यांशी गप्पा, वृत्तपत्रवाचन
सकाळी ७ ते ७.३०	टीव्ही न्यूज बघितल्या.

सकाळी ७.३० ते ८	आंघोळ, पूजा-अर्चा.
सकाळी ८ ते ९	नाश्ता, तयार होणं.
सकाळी ९ ते संध्या.६	ऑफिसला जाणे
संध्या. ६ ते ७	आराम करणे, टीव्ही बघणे
संध्या. ७ ते ९	मित्रांबरोबर पार्टी, कार्यक्रम किंवा समारंभाला जाणे
रात्री ९ ते १०	टीव्ही बघणे
रात्री १० ते सकाळी ६	झोपणे
दिवसभरात मोबाईलवर घालवलेला वेळ: ४५ मिनिटे	

वरील पद्धतीचं लॉगबुक तुम्ही कॉम्प्युटरवर एक्सेलशीटवर किंवा इतर कुठलही सॉफ्टवेअर वापरुन करू शकता. यात एक आठवड्यातील प्रत्येक तासाचा तपशील लिहा. मी खात्रीने सांगतो की, हे लॉगबुक लिहिल्यावर तुमचे डोळे उघडतील. आपला वेळ कुठल्या कामात जातो हे तुमचं तुम्हालाच कळेल. मोबाईलचं कॉल रजिस्टर रात्री बघा त्यावरुन तुम्हाला कळेल. इंटरनेटवर किती वेळ किती घालवलात ते देखील तुम्हांला त्यावरील घडयाळ बघून कळेल. एका आठवडयानंतर रविवारी निवांतपणे बसून वेळाच्या सगळया नोंदींचं विश्लेषण करा. असं केल्याने तुम्ही इंटरनेट, मोबाईल, टीव्ही, भेटीगाठी यासाठी किती वेळ घालवलात हे तुम्हाला कळेल.

माणूस मुळात आळशी असतो. त्यामुळे तुमचं मन अशा

जो इतिहास आम्ही आज घडवतो, फक्त तोच मौल्यवान असतो.

– हेन्री फोर्ड

प्रकारच्या विश्लेषणाच्या भानगडीत न पडण्याचे मार्ग शोधण्याचे प्रयत्न करेल. तुम्ही असाही विचार कराल की लॉगबुक ठेवण्याची काय गरज आहे, तुमचा वेळ कुठे जातोय हे तुम्हांला तर व्यवस्थित कळतंय. मात्र असा विचार अजिबात करू नका. लॉगबुक एक महत्त्वाचा पाया आहे. त्याच्यावर तुम्ही वेळाच्या नियोजनाची इमारत उभी करू शकता. त्यामुळे स्वतःला शिस्त लावा आणि वेळाच्या सर्वश्रेष्ठ उपयोगाच्या दुसऱ्या सिद्धांतापर्यंत पोचण्याआधी लॉगबुक ठेवा.

लॉगबुक हे तुम्ही खर्च केलेल्या वेळाचा एक्सरेच आहे. जेंव्हा तुम्ही आजारी पडता तेव्हा डॉक्टर आजाराचं मूळ शोधण्यासाठी मेडिकल टेस्ट आणि एक्स-रे करायला सांगतात. एक्स-रेप्रमाणे लॉगबुक वेळाच्या बाबतीत आवश्यक आहे. कारण त्याच्या विश्लेषणातून तुम्हाला नियोजनाची समस्या काय आहे याचे बारकावे कळतील, समस्येच्या मुळाशी जाता येईल.

वेळाच्या नियोजनासाठी सर्वप्रथम तुमचा वेळ कुठे आणि किती खर्च होतो हे जाणून घेणे आवश्यक आहे. तुम्ही केलेली कोणती कामे महत्त्वाची आहेत आणि कोणती महत्त्वाची नाहीत, कुठे, कुठून वेळ काढता येईल आणि कोणती कामे पूर्ण किंवा अंशतः सोडून देता येतील. याचे विश्लेषण लॉगबुकमुळे तुम्हांला करता येईल. जीवनातील एक नियम आहे. एखादी नवीन गोष्ट करण्यासाठी कोणतीतरी जुनी गोष्ट करणं सोडून द्यावी लागते. तुम्हाला एखादी गोष्ट मिळवायची असेल तर त्याची किंमत

> ***जे करण्याची शक्ती आपल्याकडे आहे ते न करण्याचीही शक्ती आपल्याकडे आहे.***
>
> **– ॲरिस्टॉटल**

चुकवावी लागते. तुम्हाला जर वेळाचा सर्वश्रेष्ठ उपयोग करायचा आहे तर त्यासाठी आवश्यक ती किंमत चुकवावी लागेल. जुन्या गोष्टी सोडण्यासाठी मनावर दगड ठेवून भावना बाजूला ठेवून आपण काय करत आहोत याचं विश्लेषण करा. सर्जन शस्त्रक्रिया करताना ज्याप्रमाणे चलबिचल न होता चाकूने शस्त्रक्रिया करतो तेवढीच निर्ममता तुमच्या मनात हवी. फालतू गोष्टीत वेळ घालवणं कसे योग्य आहे. ते तर्क वापरून सिद्ध करण्याच्या मोहाला बळी पडू नका. लॉगबुकमध्ये वेळाचा हिशोब लावताना, त्याचं विश्लेषण निष्पक्षपातीपणे करा, जणू काही तुम्ही दुसऱ्या एखाद्या व्यक्तीच्या वेळाचा हिशोब करत आहात.

कोणत्या गोष्टीत तुमचा निरर्थक वेळ जातोय, किंवा गरजेपेक्षा जास्त वेळ तुम्ही कशात घालवत आहात कोणत्या गोष्टी करणं पूर्णपणे सोडून देणं किंवा काही गोष्टींमधला अनावश्यक वेळ काढून टाकता येईल, हे या विश्लेषणाचे उद्दिष्ट आहे. याबाबत गंभीरपणे विचार करा. कारण काही गोष्टी टाळून वेळ काढल्याशिवाय नवीन गोष्टी करायला वेळ मिळणं शक्य नाही. पुढच्या सिद्धांतात तुम्ही तुमचे आर्थिक लक्ष्य निश्चित करा. हे लक्ष्य साध्य करण्यासाठी तुम्हाला ज्यादा वेळ काढण्याची गरज भासणार आहे. जर तुम्ही जुन्या अनावश्यक गोष्टी करणं सोडलं तरच तुम्हाला नवीन गोष्टी करण्यासाठीचा ज्यादा वेळ मिळू शकेल. वेळाच्या हिशोबाचं विश्लेषण करताना ज्या गोष्टी तुमच्या प्रगतीच्या दृष्टीने महत्त्वाच्या नसतील,

> *जे लोक स्वतःच्या वेळाचा सर्वांत जास्त अपव्यय करतात तेच सर्वांत आधी वेळ कमी पडतो म्हणून रडगाणं गात असतात.*
>
> *– जीन डे ला ब्रूयर*

त्यांच्याखाली लाल पेनाने रेघ मारा. टीव्ही बघणं, मोबाईलवर बोलणं, मित्रांबरोबर पार्टीत जाणं या गोष्टी अशाप्रकारे अनावश्यक असू शकतात. जर तुम्ही अगदी गंभीरपणे विश्लेषण केलं तर अशी कितीतरी उदाहरणं तुमच्या लक्षात येतील. चुटकीसरशी मग तुम्ही काही तास नवनिर्मितीसाठी मिळवू शकाल. ज्या गोष्टी करण्यातून तुमच्या हाती काहीच लागत नाही अशा अनावश्यक गोष्टीतला वेळ उपयुक्त गोष्टी करण्यात तुम्ही कामी आणू शकता.

असं बघा, वेळाचं लॉगबुक ठेवण्याआधी जर तुम्हाला कोणी विचारलं असतं की तुम्ही किती वेळ वाया घालवता? तर तुम्ही तावातावाने म्हंटलं असतं, ''छे! छे ! मी जराही वेळ वाया घालवत नाही.'' हा मनुष्यस्वभाव आहे. त्याला नेहमीच असं वाटतं की तो जे करतो ते बरोबरच करतो. याचं मुख्य कारण असं आहे की आपण काही चुकीचं करत आहोत. याबाबत तो अनभिज्ञच असतो. आपण काही चुकीची गोष्ट करतोय हे त्याला माहीत असतं तर त्याने ती गोष्ट केलीच नसती. वेळाच्या नियोजनाच्या बाबतीत असंच होतं. तुमचा दोष नसतो. तुमचा किती वेळ अनावश्यक खर्ची पडतोय आणि कुठे खर्ची पडतोय याचं भानच तुम्हाला नसतं. लॉगबुकमध्ये हा हिशोब लिहाल तेव्हाच तुम्हाला ते भान येईल.

म्हणूनच वेळाच्या सर्वश्रेष्ठ उपयोगाचा पहिला सिद्धांत म्हणजे लॉगबुक लिहायला सुरुवात करा.

> *आठ तास नोकरी आणि आठ तास झोपेनंतर उरलेले आठ तासच कुठे हरवून जातात ते समजणारही नाही.*
>
> *– डग लार्सन*

2

वेळाच्या सर्वश्रेष्ठ उपयोगाचा दुसरा सिद्धांत

आर्थिक ध्येय ठरवा

> *ध्येय ठरवल्यामुळे तुमच्या योजनेला एक स्वरूप येते. योजनेमुळे कोणते कार्य करायचे ते ठरते. कार्यामुळे परिणाम साध्य होतात आणि परिणामांमुळे तुम्हाला यश मिळते. हे सर्व ध्येयनिश्चितीपासून सुरु होते.*
>
> – शाद हेल्मस्टेटर

ध्येय जर निश्चित नसेल तर तुमचे यशही अनिश्चित आहे. आपल्याला कुठे पोचायचे आहे हेच जर माहीत नसेल तर तुम्ही कुठेच पोचणार नाही. एखाद्या प्रवासाला जाण्यापूर्वी, आपल्याला कुठे जायचे आहे हे माहीत असणे आवश्यक आहे. त्याचप्रमाणे तुम्हाला आर्थिक क्षेत्रात आपल्याला कुठे पोचायचं आहे हे देखील माहीत पाहिजे. तरच तुम्ही तिथे पोचू शकाल. जर तुम्ही तुमचे क्षितिज ठरवले नाही तर क्षितिजाला गवसणी घालण्याचे स्वप्न कसे पूर्ण करणार? त्या दिशेने प्रयत्न कसे करणार? जर तुम्हाला आयुष्यात काही करायचे असेल तर त्यासाठी ध्येयनिश्चिती हवीच.

ध्येयं दोन प्रकारची असतात : सामान्य ध्येय आणि निश्चित ध्येय.

सामान्य ध्येयाचे स्वरूप पुढीलप्रमाणे असते, "मी आणखी जास्त मेहनत करीन, मी माझे कार्यकौशल्य वाढवीन, मी माझी योग्यता वाढवीन" इत्यादी. दुसऱ्या बाजूला निश्चित ध्येये पुढील स्वरुपाची असतात, "मी रोज ८ तास काम करीन किंवा मी दर महिना २०००० रूपये कमवीन. मी सॉफ्टवेअर डिझायनिंग कोर्स करीन." जे ध्येयाला मोजता येते ते ध्येय निश्चित असते.

तुमचे लक्ष्य जेवढे स्पष्ट असेल तेवढी त्याच्या सफलतेची शक्यता जास्त स्पष्ट. आर्थिक ध्येय किती महत्वाचे असते त्याचे एक उदाहरण बघूया.

एका सेल्समनची पत्नी बरेच दिवस हॉस्पिटलमध्ये होती. असे असतानादेखील सेल्समनने त्यावर्षी त्याच्या सर्वसामान्य क्षमतेपेक्षा जवळजवळ दुप्पट माल विकला होता. त्याला जेव्हा त्याच्या यशाचे कारण विचारले गेले तेव्हा त्याने सांगितले की त्याच्यापुढे जेव्हा हॉस्पिटलचे बिल आले तेव्हाच त्याला कळले की एवढे बिल चुकवायचे असेल तर त्याला किती माल विकावा लागेल.

या उदाहरणावरुन एक गोष्ट स्पष्ट होते की जेव्हा एखादा माणूस निश्चय करतो तेव्हा तो आपले आर्थिक लक्ष्य पूर्ण करू शकतो. यासाठी गरज आहे ती त्याच्यापुढे निश्चित ध्येय असण्याची.

म्हणूनच वेळाच्या सर्वश्रेष्ठ उपयोगाचा दुसरा सिद्धांत आहे आर्थिक लक्ष्य ठरवा.

> ***श्रीमंत होण्याचा अर्थ आहे पैसा असणे. अत्यंत श्रीमंत असण्याचा अर्थ आहे वेळ असणे.***
>
> **– मार्गरेट बोनानो**

आर्थिक लक्ष्य निश्चित करणे अगदी सोपे आहे. सर्वप्रथम तुम्हाला दर महिना किती पैसे कमवायचे आहेत ते ठरवा. मग गणिताचा वापर करून, तेवढे पैसे कसे कमवायचे ते ठरवायचे.

उदाहरणार्थ एखाद्या दुकानदाराला दर महिना १०,००० रुपये कमवायचे असतील आणि एक वस्तू विकून त्याला ५० रुपये नफा मिळत असेल तर हिशोब सोपा आहे. त्याला दर महिना २०० वस्तू विकायच्या आहेत. (१०,०००/५०) जर तो महिन्यात २५ दिवस काम करत असेल तर त्याला रोज ८ वस्तू विकाव्या लागतील. एकदा का हा आकडा निश्चित झाला की तो कामात टाळाटाळ करू शकत नाही. मूड नाही, बोअर झालो या सबबी सांगता येणार नाहीत. कारण त्याच्यापुढे कागदावर मांडलेला हिशोब त्याला सांगतो आहे की रोज एवढे काम त्याला करायचे आहे. लक्ष्य निश्चित झाले की तुम्हाला प्रत्येक क्षणी तुमच्या प्रगतीचे किंवा ती समाधानकारक आहे किंवा नाही याचे भान राहते. वर दिलेल्या उदाहरणाचा विचार करायचा तर ८ वस्तू विकल्यावर दुकानदाराला आपले त्या दिवसाचे लक्ष्य पूर्ण झाल्याचे समजेल पण तसे नाही झाले तर दुसऱ्या दिवशी ८ पेक्षा जास्त वस्तू विकायच्या आहेत हे देखील लक्षात येईल.

आर्थिक लक्ष्य २०-२० क्रिकेट मॅचच्या उद्दिष्टाप्रमाणे असते. नंतर खेळणाऱ्या टीमला आपले उद्दिष्ट काय आहे ते

> *आपण कुठे चाललो आहोत हे माहीत असणाऱ्या माणसाला, जगातील प्रत्येक व्यक्ती बाजूला सरकून वाट करून देते.*
> — *डेव्हिड जॉर्डन*

माहीत असते. जिंकण्यासाठी प्रत्येक ओव्हरमध्ये सरासरी किती धावा करायच्या आहेत? प्रत्येक ओव्हरनंतर अपेक्षित सरासरी कमी–जास्त होते. हेच आपण मासिक किंवा वार्षिक आर्थिक उद्दिष्टाच्या बाबतीतही म्हणू शकतो.

आर्थिक लक्ष्य बनवणे आणि त्या संदर्भात आपली प्रगती तपासून बघणे अत्यंत आवश्यक आहे. कारण बऱ्याच वेळा आपण याबाबतीत अनभिज्ञ असतो. आपल्याला वाटते की आपण फार मेहनत करतो, किंवा यापेक्षा जास्त मेहनत करणे शक्य नाही. मात्र एक गोष्ट लक्षात ठेवा, कष्टाचा अर्थ नेहमी यश असा होत नसतो. यश मिळवण्यासाठी आपले कष्ट योग्य दिशेने होणे महत्वाचे आहे. आर्थिक विश्लेषणातून आपले कष्ट योग्य दिशेने होत आहेत किंवा नाही ते देखील कळते. तुमचा इनपुट किती आहे ते महत्वाचे नाही तर तुमचा आउटपुट किती आहे ते महत्वाचे आहे. याचाच अर्थ तुम्ही किती मेहनत करता ते महत्वाचे नसून त्यात तुम्हाला किती यश मिळते ते महत्वाचे आहे.

> *जर तुम्ही काढत असलेले पीक तुम्हाला पसंत नसेल तर जे बी तुम्ही पेरताय ते तपासून बघा.*
> *– अज्ञात*

वेळाच्या सर्वश्रेष्ठ उपयोगाचा तिसरा सिद्धांत

सगळयात महत्वाचे काम सर्वात आधी करा

> *मूर्ख व्यक्ती जे काम शेवटी करते तेच काम बुद्धिमान व्यक्ती ताबडतोब करते. दोघेही एकच काम करतात. फरक फक्त वेळाचा असतो.*
>
> **– बाल्तेसर ग्रेशियन**

आपल्या दिनचर्येत बरेचदा असे होते की आपल्यासमोर जे काम येते ते आपण करायला लागतो. त्यामुळे आपला सगळा वेळ छोटी छोटी कामे उरकण्यात संपून जातो. आपली महत्वाची कामे फक्त याच कारणामुळे होत नाहीत की आपण कमी महत्वाची कामे करण्यात गुंतलेलो असतो. महत्वाकांक्षी माणसाने याबाबतीत जागरुक राहावे कारण यश मिळवण्यासाठी महत्वाचे काम आधी करणे आवश्यक असते. एक गोष्ट पक्की लक्षात ठेवा की यश हे बिन महत्वाच्या कामामुळे मिळत नसून महत्वपूर्ण काम केल्याने मिळते. त्यामुळे आपल्या कामांचा अग्रक्रम स्पष्ट ठरवा आणि बिनमहत्वाच्या कामात वेळ घालवू नका.

म्हणून वेळाच्या सर्वश्रेष्ठ उपयोगाचा तिसरा सिद्धांत आहे : सगळयात महत्वाचे काम सर्वात आधी करा. वेळाच्या संदर्भात कामांचा अग्रक्रम ठरवण्याचे एक उदाहरण बघूया.

एक प्रसिद्ध संगीततज्ञ जेव्हा व्हायोलीन वाजवायला शिकत होत्या तेव्हा आपली प्रगती समाधानकारक नाही असे त्यांना जाणवले. याचे कारण जेव्हा त्यांनी शोधले तेव्हा त्यांच्या असे लक्षात आले की संगीताचा अभ्यास करण्याआधी त्यांचा वेळ घर साफ करणे, सामान जागेवर ठेवणे, स्वयंपाक करणे यात जातो आणि मग व्हायोलीनचा अभ्यास करायला वेळ कमी पडतो. हे लक्षात आल्यावर त्यांनी ठरवले की त्यांच्यासाठी संगीत सर्वात महत्वाचे असल्याने सगळ्यात आधी संगीताचा अभ्यास करायचा त्यानंतर बाकी सारी कामे करायची. अशा प्रकारे स्वतःला शिस्त लावल्याने त्यांनी संगीत क्षेत्रात उल्लेखनीय प्रगती केली कारण त्या आता सगळयात महत्वाचे काम अग्रक्रमाने करत होत्या.

या उदाहरणावरुन ही गोष्ट स्पष्ट होते की प्रत्येक महत्वाकांक्षी माणसाला सगळयात महत्वाचे काम सर्वात आधी केले पाहिजे. मात्र त्यासाठी कोणते काम महत्वाचे ते त्याला माहीत पाहिजे. त्याच्याजवळ कामांच्या अग्रक्रमाची योजना तयार पाहिजे. असे करणे अगदी सोपे आहे. एका डायरीत ए,बी,आणि सी असे तीन कॉलम तयार करा. ए कॉलममध्ये आपले सर्वांत महत्वाचे काम लिहा. असे काम की जे करणे तुम्हाला अनिवार्य वाटते. बी कॉलममध्ये अनिवार्य नाही पण करणे महत्वाचे आहे अशा कामांची नोंद करा. सी कॉलममध्ये

> ***त्याने रिकाम्या विहिरीत रिकामी बादली सोडण्यात अख्खे आयुष्य घालवले आणि आता ती वर काढण्यात आपले म्हातारपण वाया घालवत आहे.***
>
> **– सिडनी स्मिथ**

अनिवार्य नाही आणि महत्वाचे नाही अशा सामान्य कामांची नोंद करा.

दिनांक :		
ए (अनिवार्य काम)	बी (महत्वपूर्ण काम)	सी (सामान्य काम)
१	१	१
२	२	२
३	३	३

दिवसाची सुरुवात ए कॉलमधल्या पहिल्या कामाने करा म्हणजेच ए१ हे काम सर्वात आधी करा. ते काम सर्वात अनिवार्य असेल. ते काम झाले की त्याच कॉलममधील दुसरे काम करायला घ्या. अशाप्रकारे ए कॉलममधली सर्व कामे पूर्ण करा. ए नंतर बी कॉलममधली कामे करा आणि वेळ उरलाच तर सी कॉलममधील कामे करा.

महत्वाचा क्रम ठरवताना आपल्या प्राथमिकतांनुसार कामाची यादी बनवणे अत्यंत महत्वाचे असते. याबाबतीत रॉबर्ट जे. मेकेनचे हे म्हणणे लक्षात ठेवले पाहिजे.

"बरीच मोठी ध्येये साध्य न होण्याचे कारण म्हणजे आपण छोट्या गोष्टी आधी करण्यात वेळ वाया घालवतो."

बोललेल्या किंवा लिहिलेल्या शब्दांतील सर्वात दुःखी शब्द म्हणजे, "मी हे काम करू शकलो असतो."

– व्हीटीयर

4

वेळाच्या सर्वश्रेष्ठ उपयोगाचा चौथा सिध्दांत

प्रवासाच्या वेळाचा भरपूर उपयोग करा

यशस्वी व्यक्ती अशी कामे करण्याची सवय लावतात जी कामे अयशस्वी लोक करू पाहत नाहीत. वस्तुतः यशस्वी लोकांनाही ही कामे पसंत नसतात. मात्र आपले ध्येय लक्षात ठेवून त्या नावडत्या कामांपासून ते पळ काढत नाहीत.

– ई.एम. ग्रे

प्रत्येक यशस्वी व्यक्ती त्याच्याजवळ असणाऱ्या २४ तासांचा पुरेपूर वापर करू पाहते. त्यांच्या पूर्ण दिनचर्येच्या केंद्रस्थानी वेळाचा पुरेपूर उपयोग करणे हा विचार असतो. माईक मरडॉक यांनी म्हटले आहे, "तुमच्या भविष्याचे रहस्य तुमच्या दिनचर्येत लपलेले आहे. प्रवास हा तुमच्या दिनचर्येचा एक महत्वाचा भाग आहे. आज प्रत्येक व्यक्तीला प्रवास करावाच लागतो. त्यात त्यांना बराचसा वेळ जातो. फरक असा आहे की, जेव्हा सामान्य माणूस प्रवास करताना हातावर हात ठेवून बसतो. त्यावेळी यशस्वी माणूस आपल्या बहुमूल्य वेळाचा जास्तीत जास्त उपयोग करत असतो."

म्हणून वेळाच्या सर्वश्रेष्ठ उपयोगाचा चौथा सिध्दांत आहे: प्रवासाच्या वेळाचा जास्तीत जास्त उपयोग करा.

महात्मा गांधी प्रवासात झोप काढून घेत असत, जेणेकरून उठल्यावर ते ताजेतवाने राहतील. नेपोलिअन जेव्हा आपल्या सेनेसोबत युध्द करायला जात असे तेव्हा तो प्रवासात पत्र लिहून वेळाचा उपयोग करीत. एडीसन आपला वेळ वाया जाऊ नये म्हणून एवढे जागरूक असत की रेल्वेतून प्रवास करतानाही ते प्रयोग करण्यात गुंतलेले असत. मायक्रोसॉफ्टचे संस्थापक बिल गेटस् प्रवासादरम्यान मोबाईलवर आवश्यक फोन करून वेळाचा उपयोग करतात आणि या सिध्दातांला पुष्टी देतात. बिल गेटस्नी तर त्यांच्या गॅरेजमध्ये ऑफ्रिकेचा नकाशा टांगला होता. तेणेकरून गाडीचे इग्रिशन बंद करता किंमती सेकंदही वाया जाऊ नये. उलट नकाशा वाचण्यात त्याचा उपयोग व्हावा. वेळाच्या बाबतीत सगळे यशस्वी लोक जागरुक असतात. कारण वेळेत खूप सामर्थ्य आहे आणि त्याचा सदुपयोग केला तर यशाची संभावना नक्कीच आहे हे त्यांनी ओळखलेले असते.

तुम्ही आम्ही देखील प्रवासाच्या वेळाचा फायदा करून घेऊ शकतो. नोकरदार माणसांचा घर ते ऑफीस या प्रवासादरम्यान बराच वेळ जातो तर सेल्समन लोक तर

> ***या विचित्र जगण्याचे एक विचित्र सत्य आहे, जे लोक सगळयात जास्त मेहनत करतात, स्वत:वर सर्वात जास्त बंधने घालतात आणि एखाद्या ध्येयप्राप्तीसाठी काही आनंददायी गोष्टींचा त्याग करतात तेच सर्वात जास्त सुखी असतात.***
>
> **– ब्रूटस हेमिल्टन**

त्याहीपेक्षा अधिक वेळ प्रवासात घालवतात. आपल्याला ही गोष्ट लक्षात घेतली पाहिजे की जर आपण अडीच तास प्रवासात घालवत असू तर त्याचा अर्थ आपल्या आयुष्याचा दहा टक्के भाग प्रवासातच जातो. या वेळेत काही मौल्यवान काम करून तुम्ही तो सार्थकी लावू शकता.

असं बघा, प्रवासात लोक मोबाईलवर गाणी ऐकत बसतात किंवा वर्तमानपत्र वाचत, गप्पा मारत वेळ घालवतात. मात्र या वेळेत प्रेरणादायी पुस्तके वाचत, शैक्षणिक ध्वनिफिती ऐकून किंवा तत्सम काही काम केल्याने ध्येयपूर्तीकडे ते अधिक वेगाने जाऊ शकतात हे त्यांना कळत नाही. अभ्यास दर्शवतात की विक्रेत्यांच्या कामातील ४५ टक्के वेळ हा प्रवास करण्यात जातो. उघडच आहे, जो सेल्समन प्रवासादरम्यानच्या या वेळाचा सदुपयोग करू शकतो तो त्याच्या इतर साथीदारांपेक्षा तुलनेने अधिक यशस्वी होतो.

वाट बघायला आपल्यापैकी कोणालाच आवडत नाही. मात्र कधी कधी आपला नाईलाज असतो. बस, ट्रेन किंवा कोणातरी व्यक्तीची वाट बघायची वेळ आपल्यावर येते. यासाठी आपल्याकडे अशा काही किरकोळ गोष्टींची यादी तयार असावी. ज्या आपण वाट पाहाण्याच्या वेळेत उरकू शकतो. आपल्या ब्रीफकेसमध्ये जर अशी छोटी मोठी कामे तयार असतील तर वाट बघणे त्रासदायक होणार नाही आणि त्याचवेळी कामेही होतील.

> *जर तुम्हाला वेळाचे मोल नसेल तर तुमचा जन्म प्रसिध्दीसाठी झालेला नाही.*
> *– मार्किस डे वोवेनरग्यूज*

प्रसिद्ध ब्रिटीश अॅस्ट्रो-फिजिसिस्ट (अवकाश-पदार्थ विज्ञान शास्त्रज्ञ) हर्मेन बोन्डी यांना इतका प्रवास करावा लागे की या वेळेत ते ऑफिसची कामे करून टाकत. एकदा एका युरोपियन विमानतळावर विमानाच्या उड्डाणाला विलंब झाला, त्यावेळी त्यांनी त्यांचा एक रिसर्च पेपर लिहून पूर्ण केला. याला म्हणतात प्रवासादरम्यान वेळाचा सदुपयोग. जेव्हा तुम्हाला एखादे काम करण्याची प्रबळ इच्छा होते तेव्हा वेळ मिळतोच. याबाबतीत फ्रेडरिक नीत्शे यांचे वाक्य लक्षात ठेवा, जेव्हा एखाद्या माणसाकडे ठेवायला जास्त सामान असते तेव्हा दिवसाच्या पोशाखाला शंभर खिसे असतात. तुम्ही वेळाकडे लक्ष दिलेत तर वेळही तुमच्याकडे लक्ष पुरवेल.

आपल्याला दररोज दोन कामांच्यामध्ये थोडया वेळाचे अवधी मिळत असतात. बहुतांश लोक तो वेळ वाया घालवतात.

- चार्ल्स कैलेब कोल्तन

5

वेळाच्या सर्वश्रेष्ठ उपयोगाचा पाचवा सिद्धांत

इतरांवर कामे सोपवा (डेलिगेशन)

छोटया उद्योजकांना टाईम मॅनेजमेंट हा विषय म्हणजे डोकेदुखी असते. कारण छोट्या कामापासून ते मोठ्या कामापर्यंत सगळी कामे त्यांना स्वत:लाच करावी लागतात.

– नॉर्मन स्केरबरो

कोणीही माणूस एकटा सगळे काही करू शकत नाही. तरीही मात्र अनेकजण स्वतः सगळी कामे करायचा प्रयत्न करतात. ते त्यात यशस्वी होत नाहीत हे उघडच आहे.

प्रत्येक व्यक्तीला असेच वाटते की आपली महत्वाची कामे आपणच करावीत, मात्र एका विशिष्ट पातळीवर तुम्ही पोचलात की त्यापुढे यश मिळवण्यासाठी दुसऱ्यांवर काम सोपवणे अपरिहार्य होते. व्यवसायाच्या सुरवातीला ती व्यक्ती सारे काम स्वतः करेल ते ठीकच आहे. परंतु एकदा का बिझिनेस वाढू लागला की सहकाऱ्यांशिवाय प्रगती होऊ शकत नाही. अशा वेळी जर त्याने योग्य सहकारी शोधून त्याच्यावर काम सोपवणे (डेलीगेशन) तंत्र अंमलात आणले तर तो प्रगती करू शकतो. जर तो हे करायला शिकला नाही तर भविष्यात त्याच्या प्रगतीची शक्यता धूसर होते.

मात्र दुसऱ्यावर महत्वाचे काम सोपवणे ही सोपी गोष्ट नाही. दुसऱ्या व्यक्तीची बुद्धी, क्षमता आणि निष्ठा यावर विश्वास टाकणे

सोपे नाही. मात्र मोठे यश मिळवायचे असेल तर असे करणे अपरिहार्य आहे. त्यानंतरच तुम्हाला खरे यश मिळू लागते. कारण तुमच्या कामाचा भार सांभाळायला कोणीतरी तुमच्याबरोबर असते. तुमच्याजवळ आता एक टीम तयार आहे. त्यामुळे तुम्हाला अधिक वेळ मिळतो ज्याचा उपयोग करून तुम्ही आणखी वेगाने तुमच्या ध्येयापर्यंत पोहोचू शकता.

म्हणूनच वेळाच्या सर्वश्रेष्ठ उपयोगाचा पाचवा सिद्धांत आहे: इतरांवर काम सोपवा.

पण बहुतांश लोकांची समस्या म्हणजे ते सगळी कामे स्वतःच करायला जातात. दुसऱ्यांवर काम सोपवणे त्यांना जड जाते. त्यांना वाटते, यांच्यापेक्षा मीच हे काम चांगल्याप्रकारे करू शकतो. किंवा त्यांच्यापेक्षा मी हे काम झटकन पूर्ण करू शकतो. त्यांना हे समजत नाही की मोठे यश मिळवायचे असेल तर त्यांना दुसऱ्यावर काम सोपवावेच लागेल. मग ते त्यांना आवडो किंवा न आवडो. प्रगतीच्या मार्गावर एक असे वळण येते की भविष्यातील प्रगतीसाठी दुसऱ्यावर काम सोपवण्याशिवाय पर्याय नसतो. म्हणून दुसऱ्यावर काम सोपवण्याची कला शिकून घेणेच चांगले.

काम सोपवण्यासाठी तुम्हाला फक्त एवढेच करायचे आहे, एखादी योग्य व्यक्ती शोधून त्याच्यावर काम सोपवायचे आहे. म्हणजे ते काम चांगल्याप्रकारे करायची क्षमता आणि इच्छा असलेली व्यक्ती शोधायची. मग त्याला काय करायचे, कसे

> *जी माणसे छोटी छोटी कामे करण्यात गुरफटलेली असतात ती माणसे मोठी कामे करू शकत नाहीत.*
> *— ला. रोशफूको*

करायचे आणि कधीपर्यंत करायचे हा तपशील द्या. त्यानंतर तुम्ही त्याला किती तारखेला काम दिले आणि ते कधी पूर्ण करून घ्यायचे आहे त्याची नोंद डायरीत करा. डेलिगेशन किंवा काम सोपवणे इतके सोपे आहे.

सोपवलेल्या कामाच्या प्रगतीवर देखरेख करणे चांगली गोष्ट आहे पण त्यात तुमचा वेळ वाया जातो आणि समोरच्या माणसाला आपल्यावर विश्वास नाही या भावनेने वाईट वाटते, याकडेही लक्ष असू द्या.

काम सोपवण्याच्या कलेत तरबेज होण्यासाठी दोन गोष्टींची गरज आहे. कोणत्या गोष्टी इतरांवर सोपवता येतील आणि त्या कोणावर सोपवता येतील ते माहीत करून घ्या. फक्त कोणतेही गुप्त किंवा अत्यंत महत्वाचे काम दुसऱ्यावर न सोपवता स्वतः करा.

> ***श्रीमंत लोक वेळामध्ये गुंतवणूक करतात गरीब लोक पैशाची गुंतवणूक करतात.***
>
> **– वॉरन बफेट**

6

वेळाच्या सर्वश्रेष्ठ उपयोगाचा सहावा सिद्धांत

पॅरेटोचा २०/८० चा नियम जाणून घ्या

कशात तरी व्यग्र असणे हे पुरेसे नाही. मुंग्यासुद्धा कामात व्यग्र असतात. प्रश्न हा, की तुम्ही कशात व्यग्र आहात.

– थोरो

पॅरेटोचा २०/८० चा नियम वेळाच्या सर्वश्रेष्ठ उपयोगाच्या दृष्टीने महत्वाचा आहे. कारण तो जाणून घेतल्यावर तुम्ही वेळाचा आणखी चांगला उपयोग करू शकाल. पॅरेटोचे असे म्हणणे आहे की तुमच्या कामाचा २०% अग्रक्रम तुम्हाला ८०% परिणाम देऊ शकेल. फक्त तुम्ही २०% अग्रक्रमात तुमचा वेळ, उर्जा, पैसे आणि कर्मचारी यांचा समावेश करा. म्हणजेच आपला ८०% वेळ, केवळ २०% परिणाम साधण्यात वाया जातो.

जर आपल्याला आपल्या वेळाचा सर्वश्रेष्ठ उपयोग करायचा असेल तर आपण त्या २०% सार्थकी लागणाऱ्या वेळाचा शोध घेतला पाहिजे. तर तो वेळ वाया जाण्यापासून शक्य तितका वाचवायला हवा. एवढेच नाही तर जो ८०% वेळ घालवून आपण फक्त २०% परिणाम मिळवतो त्या वेळाचाही शोध घेतला पाहिजे. यामुळे आपण सार्थकी लागणाऱ्या वेळाचे प्रमाण वाढवू शकतो आणि निरर्थक जाणारा वेळ कमी करू शकतो.

कामाची योजना करताना जर तुम्ही पॅरेटोच्या २०/८० या नियमाचे पालन केले तर तुमचे यश कल्पनातीत वृध्दिंगत होईल याचे कारण तुम्ही कोणत्या वेळाचे तुमच्या यशात किती योगदान आहे हे सत्य उमजून ती योजना आखाल.

म्हणून वेळाच्या सर्वश्रेष्ठ उपयोगाचा सहावा सिद्धांत आहे : पॅरेटोच्या २०/८० चा नियम जाणून घेणे.

पॅरेटोचा नियम आपल्याला अप्रत्यक्षरित्या, परफेक्शन किंवा परिपूर्णतेचा आपला जो हट्ट असतो त्याबाबत सावध करतो. हा नियम असे सांगतो की आपण ८०% काम २०% वेळेतच पूर्ण करत असतो. उरलेले २०% काम करण्यात ८०% वेळ वाया घालवत असतो. हा वेळ वाया अशासाठी जातो. कारण आपल्याला ते आदर्शरित्या करायचे असते. कितीतरी वेळा परफेक्शनचा आग्रह वेळाचे नुकसान होण्यास कारणीभूत ठरते आणि त्यामुळे त्या व्यक्तीला अपयश येते.

जर तुम्हाला असे वाटत असेल की एवढी मेहनत करून देखील यश पदरात पडत नाहीये, तर तुम्ही पॅरेटोचा सिद्धांत वापरुन बघा. त्यामुळे आपण कोणत्या कामावर किती कष्ट घेत आहोत ते तुम्हाला कळेल.

असं पाहा, जीवनात तुम्ही किती मेहनत करता ते महत्त्वाचे नसून ती मेहनत किती हुशारीने आणि चातुर्याने करता ते महत्त्वाचे असते. यश मिळवण्यासाठी हे जाणून घेणे अत्यंत

> ***जर तुम्हाला तुमची परिस्थिती बदलायची असेल तर वेगळा विचार करून बघा.***
>
> **– नॉर्मन विन्सेंट पील**

महत्त्वाचे आहे की तुम्ही तुमच्या लक्ष्य प्राप्तीसाठी किती वेळ घालवत आहात आणि छोट्या छोट्या कामात किती वेळ वाया घालवत आहात. बऱ्याच वेळा असे होते की आपण आपला वेळ छोट्या छोट्या कामात घालवत असतो. आपल्याला असे वाटत असते की आधी सोपी आणि छोटी कामे आटपून घ्यावीत. मग शांतपणे महत्त्वाच्या मोठया कामाकडे वळावे. मात्र नंतर आपल्याला ही त्रासदायक जाणीव होते की मोठ्या आणि महत्त्वाच्या कामांना आपल्याकडे आता वेळच उरला नाही. जर तुम्ही पॅरेटोचा सिद्धांत लक्षात ठेवलात तर असे कधीच होणार नाही.

शास्त्रांचे ज्ञान अमर्याद आहे आणि शिकण्याचे विषय अनंत आहेत. मात्र आपल्याकडे वेळ मर्यादित आहे आणि शिकण्याच्या मार्गात अनेक अडचणी आहेत. म्हणूनच शिकण्यासाठी महत्त्वाची गोष्टच निवडा. जसा हंस दुधातील पाणी सोडून फक्त दूधच पितो.

– चाणक्य

7

वेळाच्या सर्वश्रेष्ठ उपयोगाचा सातवा सिद्धांत

पार्किन्सनच्या नियमाचा लाभ घ्या

> *वाईट बातमी अशी आहे की वेळ उडतो. चांगली बातमी अशी आहे की तुम्ही त्याचे पायलट आहात.*
>
> **– माईकल आल्थसुलर**

वेळाच्या सर्वश्रेष्ठ उपयोगासाठी पार्किन्सनचे नियम जाणून घेणे अत्यंत आवश्यक आहे. पार्किन्सनचा नियम आहे. कामासाठी जेवढा वेळ असतो तेवढे ते काम पसरते.

याचाच अर्थ असाही होतो की आपल्याकडे जेवढे काम आहे त्यानुसार आपला वेळ आक्रसतो किंवा विस्तारतो. म्हणजे आपण जर कमी वेळेत जास्त काम करण्याची योजना आखली तर वेळ प्रसरण पावतो आणि सगळी कामे तेवढ्या अवधीतच पूर्ण होतील. याउलट आपण जर तेवढया वेळेतच कमी कामे करण्याची योजना केली तर वेळ आकुंचन पावतो आणि तेवढ्याच वेळेत आपण कमी काम करतो.

म्हणूनच वेळाच्या सर्वश्रेष्ठ उपयोगाचा सातवा सिद्धांत आहे : पार्किन्सनच्या नियमाचा लाभ घ्या.

लक्ष्य जेवढे मोठे असेल तेवढीच प्राप्तीही मोठी असेल. एक दिवसीय क्रिकेट मॅचचे उदाहरण घ्या. जेव्हा दुसरी टीम पहिल्या

टीमने केलेल्या धावांचे लक्ष्य पूर्ण करण्याच्या मागे असते तेव्हा त्यांना जिंकण्यासाठी पन्नास ओव्हर्समध्ये २२५ धावा करायच्या आहेत किंवा २७५ धावा करायच्या आहेत या गोष्टीने काही फरक पडत नाही. लक्ष्य काहीही असले तरी साधारणपणे ते शेवटच्या तीन–चार ओव्हर्समध्येच पूर्ण केले जाते. महत्त्वाची गोष्ट अशी आहे की दुसरी टीम तेवढयाचा वेळेत आपले लक्ष्य पूर्ण करते, मग ते लक्ष्य छोटे असो किंवा मोठे. हेच तुमच्या माझ्या बाबतीतही खरे आहें. जी व्यक्ती मोठे लक्ष्य डोळयासमोर ठेवते ती व्यक्ती आपल्या मर्यादित वेळाचा सर्वश्रेष्ठ उपयोग करण्यात यशस्वी होते. याउलट छोटे लक्ष्य असणारी व्यक्ती मर्यादित वेळाचा मर्यादित स्वरूपातच उपयोग करू शकते.

याचे आणखी एक उदाहरण बघूया. जेव्हा आपल्याला पर्यटनाला किंवा सुट्टीवर जायचे असते तेव्हा त्याआधी काही दिवस आपण घराची किंवा ऑफिसची कामे पूर्ण करण्याचा धडाकाच लावतो. नेहमीपेक्षा दुप्पट किंवा तिप्पट कामे आपण उरकतो. आपण फटाफट कामे उरकतो. आणि थोडया वेळेत खूप कामे करतो. कारण आपल्याला ठरलेल्या वेळेत कामे संपवून सुट्टीचा आनंद अनुभवायला जायचे असते. त्यावेळी आपल्याकडे वेळ कमी आणि कामे जास्त असतात. तरीही आपण ती पार पाडतो. कारण आपल्यापुढे लक्ष्य स्पष्ट असते त्यामुळे आपण ते पूर्ण करू शकतो आणि ही कार्यपूर्ती पार्किसनच्या नियमामुळे शक्य होते.

ज्याला उंच उडी मारायची असते त्याला लांब धावायला लागते.

– डॅनिश वचन

आपले आवडते काम पटपट होते. याउलट जेव्हा एखाद्या कामात आपल्याला रस नसतो. तेव्हा तेच काम करायला वेळ लागतो. म्हणूनच असे म्हटले जाते की आपल्या कामावर प्रेम असणारा नशीबवान माणूस कमी वेळेत जास्त काम करू शकतो, अधिक चांगल्या प्रकारे करू शकतो आणि म्हणूनच अधिक यशही मिळवू शकतो.

> *प्रत्येक दिवस अशाप्रकारे जगा जणू तो तुमच्या आयुष्याचा शेवटचा दिवस आहे.*
>   *– मार्कस ऑरेलियस*

वेळाच्या सर्वश्रेष्ठ उपयोगाचा आठवा सिद्धांत

तुमच्या सर्वोत्कृष्ट वेळेत काम करा

सगळयात महत्त्वाच्या गोष्टी सर्वांत बिनमहत्वाच्या गोष्टींच्या भरोशावर कशी सोडू नयेत.

– गटे

टेलिव्हिजनवरचा प्राईम टाईम म्हणजे रात्री आठ ते दहाची वेळ. या वेळेत जाहिरातींची किंमत सर्वांत जास्त असते. जाहिराती तेवढ्याच वेळाच्या असतात मात्र त्यांची किंमत वाढते. त्यांचे प्रसारण प्राईम टाईममध्ये होत असल्याने जास्त प्रेक्षक त्या बघत असतात म्हणून त्यांची किंमत जास्त असते.

टेलीव्हिजनचा जसा प्राइम टाईम असतो तसाच आपल्याही वेळाचा प्राईम टाईम असतो. आपल्या रोजच्या दिनक्रमातले चोवीस तास एकसारखे नसतात. दिवसाच्या एखाद्या खास वेळाला आपली उर्जा, विचारशक्ती, उत्साह आणि कार्यक्षमता इतर वेळाच्या तुलनेने अधिक असते. कामाच्या स्वरुपाशी वेळाच्या आकुंचन-प्रसारणाचा संबंध असतो. तोच तुमचा प्राईम टाईम किंवा सर्वोत्कृष्ट वेळ आहे. बहुतेक लोकांसाठी सकाळचा वेळ प्राइम टाइम असतो. त्या वेळेत ते मोठी मोठी कामे चुटकीसरशी करतात. मात्र प्रत्येक

व्यक्तीचा प्राइम टाइम वेगळा असतो हे लक्षात ठेवा. काही लोकांसाठी रात्रीचा वेळ तर काही लोकांसाठी दुपारचा वेळ प्राइम असू शकतो. तुमचा प्राइम टाइम सकाळचा असेल किंवा दुपारचा, महत्वाचे हे की तो तुम्हाला ओळखता आला पाहिजे.

तुमचा प्राइम टाइम कोणता आहे ते ओळखणे यासाठी आवश्यक आहे की त्यानुसार तुम्ही वेळाचा सर्वश्रेष्ठ उपयोग करू शकाल तुमची सर्वात महत्वाची आणि रचनात्मक कामे तुम्ही या वेळेत चांगल्या प्रकारे आणि जलद गतीने करू शकाल. आपल्या प्राइम टाइममध्ये छोटी–मोठी कामे करण्यात वेळ वाया घालवू नका. कारण ती कामे तर तुम्ही इतर वेळीही करू शकता.

म्हणून वेळाच्या सर्वश्रेष्ठ उपयोगाचा आठवा सिद्धांत आहे आपल्या प्राइम टाइममध्ये महत्वाची कामे करणे.

जर तुम्ही सकाळच्या वेळेत उत्साही, उर्जेने भरलेले आणि तल्लख असाल तर याचा अर्थ सकाळचा वेळ तुमचा प्राइम टाइम आहे. एका अर्थी तुम्ही भाग्यवान आहात कारण दुपारी तुम्ही एक डुलकी काढली तर तुम्हाला एका दिवसात तुम्हाला दोन सकाळी मिळतील. दुपारच्या डुलकीनंतर तुम्हाला परत उत्साही, ताजेतवाने वाटेल जणू काही परत सकाळच झाली आहे.

> **योग्य वेळाला दगड फेकणे हे चुकीच्या वेळी सोने देण्यापेक्षा अधिक योग्य आहे.**
>
> — **फारसी म्हण**

बऱ्याच वेळेला, वेळाच्या मात्रेत आणि गुणवत्तेत काहीही थेट संबंध नसतो हे लक्षात घेतले जात नाही. कितीतरी वेळा एका तासातच इतके काम होते की ते दिवसभरातही होत नाही. त्यामुळे वेळाच्या मात्रेपेक्षा त्याची गुणवत्ता आणि घनता अधिक महत्वाची आहे हे लक्षात ठेवा. कामाचे खूप तास महत्वाचे नाहीत. त्या वेळेत किती ठोस काम होत आहे ते महत्वाचे आहे. यालाच इंग्लिशमध्ये क्वालिटी टाइम असे म्हणतात.

लक्षात ठेवा, दिवसाचे आठ तास काम करण्याचे लक्ष्य असलेली व्यक्ती जास्त यशस्वी होत नाही तर दिवसभरात आठ किंवा नऊ कामे करण्याचे लक्ष्य असलेली व्यक्ती जास्त यशस्वी होते. या दोघांमध्ये फरक एवढाच आहे की पहिली व्यक्ती कालावधीला जास्त महत्व देते तर दुसरी व्यक्ती वेळाच्या गुणवत्तेला... आणि त्यामुळेच त्याच्या यशात जबरदस्त फरक पडतो.

> *आपली प्राथमिकता तपासा आणि स्वतःला विचारा की माझ्याजवळच्या या वेळाचा सर्वांत चांगला उपयोग कोणता आहे?*
> *— ॲलन लेकीन*

९

वेळाच्या सर्वश्रेष्ठ उपयोगाचा नववा सिद्धांत

स्वत:ला शिस्त लावा

जो माणूस एक तास जरी वाया घालवण्याचे धाडस करत असेल त्याला जीवनाचे मोल समजले नाही.

– चार्ल्स डार्विन

अव्यवस्थित जगण्यामुळे आपल्यासमोर अनेक समस्या निर्माण होतात. सगळयात मोठी समस्या म्हणजे आपला वेळ अनावश्यकरीत्या वाया जातो. आपणच त्याला जबाबदार असतो.

म्हणूनच वेळाच्या सर्वश्रेष्ठ उपयोगाचा नववा सिद्धांत आहेः स्वतःला शिस्त लावणे.

एखादा महत्वाचा कागद किंवा फाइल न मिळणे हे अव्यवस्थितपणाचे सर्वत्र आढळणारे उदाहरण आहे. या सवयीमुळे ऑफिसमध्ये काम करणारे लोक रोज जवळजवळ ३० मिनिटे कागद किंवा फाईल शोधण्यात वाया घालवतात, असा अंदाज केला जातो. आळस किंवा घाईघाईमुळे आपण एखादी वस्तू जागेवर ठेवत नाही आणि मग ती शोधण्यात ऑफिस किंवा घर अस्वाव्यस्त करून टाकतो. शेवटी ती वस्तू अशा जागी मिळते जिथे ती ठेवायलाच नको होती.

अव्यवस्थितपणाचे आणखी एक रूप म्हणजे आजारपण, असंतुलित आहार, अनियमित झोप, काळजी, ताणतणाव आणि इतर हानिकारक सवयींमुळे बऱ्याचदा आपणच आजाराला आमंत्रण देतो. वेळाचा सर्वश्रेष्ठ उपयोग करायचा असेल तर आपल्याला शिस्तशीर जीवन जगायला शिकले पाहिजे. जेणेकरून आजारपण आपल्याजवळ फिरकणार नाही. आजारपण आले की आपले कितीतरी दिवस वाया जाऊ शकतात, कारण या दिवसांत आपण कोणतेही रचनात्मक किंवा आव्हानात्मक काम करण्याच्या स्थितीत नसतो. आजारपणामुळे वेय वाया गेला की वाईट वाटते. कारण आपण केवळ हलगर्जीपणामुळे आजारपण ओढवून घेतलेले असते. नियमित संतुलित आहार तसेच व्यायामाने आपण बहुतेक व्याधींपासून दूर राहू शकतो.

बेशिस्तीचे आणखी एक उदाहरण म्हणजे आवश्यकतेपेक्षा जास्त किंवा कमी आहार घेणे. जास्त खाल्ले की आपल्याला सुस्ती येते. आपली एकाग्रता आणि उर्जा कमी होते. परिणामतः आपण चांगल्याप्रकारे काम करू शकत नाही. दुसऱ्या बाजूला गरजेपेक्षा कमी खाणेही हानिकारक आहे. कारण तसे केल्यास आपल्याला अशक्तपणा जाणवतो किंवा डोकेदुखीचा त्रास होतो. आपण लवकर थकतो, चिडचिड होते आणि कामात मन लागत नाही. कामासाठी लागणारी उर्जा कमी पडते.

सर्व वेळांसारखी ही वेळही उत्तमच आहे, फक्त तिचे काय करायचे ते आपल्याला माहीत असायला हवे.

– राल्फ वाल्डो इमर्सन

अनावश्यक चर्चा करत बसणे हे देखील बेशिस्तीचे उदाहरण आहे. ही चर्चा प्रत्यक्ष असेल किंवा अप्रत्यक्षरीत्या (फोनवर) असेल. ती एक प्रकारची बेशिस्तच असते. फोनवर चर्चा करण्याआधी आपल्याकडे काय बोलायचे आहे त्याचे मुद्दे तयार असतील तर ती चर्चा सार्थ होते. पण जर आपण फोनवर अनावश्यक गोष्टी बोलत बसलो आणि जरुरीच्या गोष्टी विसरून गेलो तर नक्कीच ते आपल्या बेजबाबदारपणाचे लक्षण आहे आणि वेळाच्या अपव्ययाचे उदाहरण आहे.

एखाद्याकडे अपॉईंटमेंटशिवाय जाणे हे देखील बेशिस्तीचे एक उदाहरण आहे. जर तुम्ही अपॉईंटमेंटशिवाय गेलात तर तुम्हाला वाट बघत बसावे लागण्याची शक्यता असते आणि मग त्यात वेळ वाया जाऊ शकतो. असे ही होईल की ती व्यक्ती तुम्हाला भेटणारच नाही, मग तुमचा येण्याजाण्याचा सगळाच वेळ वाया जाईल.

तुमची दिनचर्या जर व्यवस्थित असेल तर तुमचे जीवनही व्यवस्थित पार पडेल. जर तुमचे जीवन व्यवस्थित असेल तर तुम्ही वेळाचा सर्वश्रेष्ठ उपयोगही करू शकालत.

दिवस म्हणजे एक अजब गोष्ट आहे. कधी ते पंख लागल्यासारखे भुर्रकन उडून जातात तर कधी संपता संपत नाहीत. मात्र त्या सर्व दिवसात २४ तासच असतात त्यांच्याबद्दलच्या कितीतरी गोष्टी आपल्याला माहीत नाहीत.

– मेलेनी बेन्जामिन

वेळाच्या सर्वश्रेष्ठ उपयोगाचा दहावा सिद्धांत

वेळापत्रक बनवा

> *आपल्याकडे वेळाची कमतरता सर्वांत जास्त असते. असे असूनही आपण सर्वांत जास्त दुरुपयोग वेळाचाच करतो.*
>
> **– विल्यम पेन.**

ज्या प्रमाणे पैशाचा अपव्यय टाळण्यासाठी अंदाजपत्रक बनवणे आवश्यक आहे. त्याप्रमाणे वेळ वाया जाऊ नये म्हणून वेळापत्रक करणे आवश्यक आहे.

यासाठी वेळाच्या सर्वश्रेष्ठ उपयोगाचा दहावा सिद्धांत आहे वेळापत्रक बनवणे.

तुमचे वेळापत्रक दोन प्रकारचे असेल : पूर्ण वेळापत्रक आणि संक्षिप्त वेळापत्रक.

पूर्ण वेळापत्रक

पूर्ण वेळापत्रकात तुम्ही दिवसभराची म्हणजे २४ तासांची योजना आखता. संक्षिप्त वेळापत्रकात फक्त मर्यादित वेळाची योजना आखता.

आता पूर्ण वेळापत्रक कसे असते ते बघू या.

८ तास	झोप आणि स्नान
२ तास	नाश्ता, दुपारचे, रात्रीचे जेवण
२ तास	टीव्ही, टीव्ही बातम्या, वर्तमानपत्र, मासिक, पुस्तक वाचन इत्यादी.
१ तास	ऑफिसमध्ये जाणे, येणे, प्रवासात लागणारा वेळ.
१ तास	सामाजिक जीवन
२ तास	कुटुंबासाठी वेळ
८ तास	कामकाज आणि नोकरी किंवा व्यवसाय

संक्षिप्त वेळापत्रक

संक्षिप्त वेळापत्रकात तुम्ही पूर्ण दिवसाची योजना न बनवता फक्त आपल्या कामाच्या किंवा व्यवसायाच्या तासांची योजना बनवता. समजा तुम्ही दररोज ८ तास काम करणार आहात. तर तुम्ही स्वतःला सांगता की, मी सकाळी ९वाजल्यापासून दुपारी १ वाजेपर्यंत आणि दुपारी २ वाजल्यापासून ते संध्याकाळी ६ वाजेपर्यंत काम करीन. यात तुमच्या इतर

कोणत्याही योजनेशिवाय आयुष्य जगणे म्हणजे कोणाबरोबर तरी बसून टेलिव्हिजन बघण्यासारखे आहे. टीव्हीचा रिमोट कंट्रोल त्या व्यक्तीच्या हातात असेल.

– पीटर टूर्ला

कामांची आखणी नसते. यात फक्त कामाच्या तासांची आखणी आहे. जर एखादा दिवस किंवा एखादा आठवडा तुमच्याकडे नेहमीपेक्षा जास्त काम आले तर ते पूर्ण करण्यासाठी तुम्ही तुमच्या वेळापत्रकातील एक दोन तास वाढवू शकता.

अशा परिस्थितीत तुम्ही स्वतःशी म्हणाल, ''मी सकाळी ९ वाजल्यापासून ते दुपारी १ वाजेपर्यंत आणि दुपारी २ वाजल्यापासून ते संध्याकाळी ७ किंवा ८ वाजेपर्यंत काम करीन.''

संक्षिप्त वेळापत्रक बनवणे आणि त्याचे पालन करणे सोपे आहे आणि सुरुवातीला शिस्त लागण्याच्या दृष्टीने चांगले आहे. व्यावसायिक लक्ष्य पूर्ण करण्यासाठी हा एक योग्य मार्ग आहे. मात्र एक गोष्ट लक्षात ठेवा. संक्षिप्त वेळापत्रक तुम्हाला फक्त एका दिशेने काम करताना यश देते, तर पूर्ण वेळाचे वेळापत्रक जीवनाच्या प्रत्येक क्षेत्रात तुम्हाला यश देईल कारण ते संतुलित आणि संपूर्ण असते.

सर्व काही वेळाच्या व्यवस्थापनाच्या योजनेपासून सुरु होते.

– टॉम ग्रीनिग

11

वेळाच्या सर्वश्रेष्ठ उपयोगाचा अकरावा सिद्धांत

कर्म करत राहा

वेळाच्या वाळूवर पायांचे ठसे नुसते बसून उमटणार नाहीत.

– एक म्हण

उत्तम लक्ष्य, सर्वोत्तम योजना असूनही तुम्हाला अपयश येऊ शकते. जर तुम्ही त्याची अंमलबजावणी केली तर कर्म हेच जादूचे तत्व आहे जे तुम्हाला निश्चित यश देईल.

म्हणूनच वेळाच्या सर्वश्रेष्ठ उपयोगाचा अकरावा सिद्धांत आहे : कर्म करत राहा.

मेहनतीशिवाय यश मिळत नाही हे आपल्याला सगळ्यांनाच माहीत आहे. पण आश्चर्याची गोष्ट अशी आहे की तरीही आपण मेहनत करत नाही. कामाची टाळाटाळ करतो, कधी मूड नाही तर वेळच नाही अशा सबबी देतो, म्हणजे कामाशिवाय सगळे काही करतो. या संदर्भात तुलसीदासांचा दोहा लक्षात ठेवा. ते म्हणतात ‘‘सकल पदारथ है जग माहीं । करमहीन नर पावत नाही।’’ याचा अर्थ जगात सगळ्यास वस्तू मिळू शकतात मात्र कर्म न करणाऱ्या माणसाला त्या प्राप्त होत नाहीत.

काम टाळण्याचे मुख्य कारण म्हणजे आपल्यात असणारा आळस. तसेच आपले मन सुखलोलुप असते. आपल्याला

सतत मनोरंजन आणि मौजमजेचे सोपे परंतु आकर्षक मार्ग खुणावीत असतात. यशाच्या मार्गात अडचणींचे डोंगर असतात हे आपण विसरतो. ते पार करण्यासाठी आपल्याला मनावर ताबा ठेवला पाहिजे, प्रबळ इच्छाशक्ती कायम ठेवून आपल्या ध्येयाकडे मार्गक्रमण केले पाहिजे. यशस्वी व्यक्ती आपल्या मनाचे गुलाम नसतात तर स्वामी असतात हे देखील आपण विसरतो.

यासाठी एक उत्तम सल्ला आहे, कोणतेही काम करण्याआधी आपल्या मनाचा, मूडचा सल्ला घेऊ नका. म्हणजे तुमच्या मूडच्या कलाने काम न करता, आपले लक्ष्य, योजना काय आहे. त्यानुसार काम करा. जॉर्ज बर्नाड शॉचा बऱ्याच वेळा लिहिण्याचा मूड नसायचा. मात्र मूड असा किंवा नसो ते लिहायचे, कारण महान साहित्यकार होण्याचे आपले लक्ष्य त्यांनी कधीही नजरेआड होऊ दिले नाही. ते लक्ष्य पूर्ण करण्यासाठी त्यांनी ठरवले की मूड कसाही असला तरी रोज पाच पाने लिहायचीच. आज जर तुम्ही बी रुजवले नाही तर भविष्यात त्याची फळे मिळण्याचा प्रश्नच येत नाही. सृष्टीचे सगळे व्यवहार हे कर्म आणि त्यापासून मिळणाऱ्या फलाच्या सिध्दातांवर चालतात. त्यामुळे तुम्हाला तुमच्या कर्माच्या प्रमाणातच फळ मिळणार.

तुम्ही काय करणार आहात ते महत्वाचे नाही. तुम्ही आत्ता या घटकेला काय करत आहात ते महत्त्वाचे आहे.

– नेपोलियन हिल

जर तुम्हाला भविष्यात यशाची फळे चाखायची असतील तर त्यासाठी त्याचे बीज आजच रुजवायला हवे.

जर तुम्हाला यश मिळवायचे असेल तर कामाला लागा. आणि यश मिळेपर्यंत कर्माची कास सोडू नका. जर तुम्ही वेळाच्या सर्वश्रेष्ठ उपयोगाचे मार्ग शिकलात, ते आचरणात आणलेत तर पुढे जाऊन वेळ तुम्हाला हव्या असलेल्या गोष्टी पुरस्काराच्या रुपाने देईल. सन्मान, यश, धन, सुख किंवा तुम्हाला हवी असलेली गोष्ट.

जर तुम्हाला साप दिसला तर तो मारून टाका. सापावर समिती स्थापन करण्याची गरज नाही.
– हेन्री रॉस

12

वेळाच्या सर्वश्रेष्ठ उपयोगाचा बारावा सिद्धांत

आपली कार्यक्षमता वाढवा

कौशल्य, हे एखाद्या बॉक्समध्ये वस्तू पॅक करण्यासारखे असते. चांगल्याप्रकारे वस्तू पॅक करणारा माणूस चुकीच्या पद्धतीने पॅक करणाऱ्या माणसापेक्षा दुप्पट वस्तू पॅक करू शकतो.

– रिचर्ड सेसिल

जर तुम्हाला टायपिंग येत असेल तर एक काम करा. तो काळ आठवा जेव्हा तुम्ही टायपिंगला सुरुवात केली होती. तेव्हा तुम्ही किती वेगाने टाईप करत होता? समजा पाच शब्द प्रतिमिनिट असेल. आता काय स्थिती आहे? तीस मिनिटे प्रति मिनिट? जमीन अस्मानाचा फरक! असे का? कारण तुम्ही टायपिंग शिकलात, त्याचा सतत सराव केलात. शॉर्टकट कीजचा वापर शिकलात. या सगळयाचा परिणाम तुमचा टायपिंगचा वेग वाढण्यात झाला. वेळाच्या क्षेत्रातही तुम्हाला तेच करायचे आहे. इथेही तुम्हाला तुमचे कार्यक्षमता वाढवायची आहे. जेणेकरून तुम्ही तेवढयाच वेळेत दुप्पट काम करू शकाल.

म्हणून वेळाच्या सर्वश्रेष्ठ उपयोगाचा बारावा सिद्धांत आहे: आपली कार्यक्षमता वाढवा.

आपली कार्यक्षमता वाढवायची असेल तर तुम्ही निवडलेल्या क्षेत्रात तुम्हाला सतत काहीतरी शिकत राहावे लागेल आणि नवीन नवीन मार्ग शोधावे लागतील. त्या मार्गांचा उपयोग करून तुम्ही अधिक चांगल्या प्रकारे अधिक वेगाने आणि अधिक क्षमतेने काम करू शकाल. यासाठी तुम्हाला त्या त्या क्षेत्रातल्या अधिकारी व्यक्तींना भेटून त्यांची कामाची पद्धत बघावी लागेल, त्यांचा सल्ला घ्यावा लागेल. तुम्ही निवडलेल्या क्षेत्राच्या सेमिनार्सना जाऊन किंवा त्या संबंधीची पुस्तके वाचून आपले ज्ञान वाढवू शकता. सगळयात महत्वाचे साधन म्हणजे इंटरनेट वापरून त्या ज्ञानभांडाराचा वापर करून आपली कार्यक्षमता वाढवू शकता.

कार्यक्षमता वाढवण्याची पहिली अट म्हणजे इच्छा. तुमच्यामध्ये तशी जबरदस्त इच्छा हवी. बहुतांश लोकांची हीच अडचण असते. आपल्यापेक्षा दुसरी व्यक्ती अधिक सक्षम असू शकेल हे मानायलाच त्यांचा अहं तयार नसतो. त्यांना असे वाटते की ते जेवढया गोष्टी करतात त्यापेक्षा जास्त होणारच नाही. त्यांच्यापेक्षा तुलनेने कमी आवाका असलेल्या लोकांशी तुलना करून ते स्वतःचे श्रेष्ठत्व सिध्द करतात. कार्यक्षमता वाढवण्याची दुसरी अट आहे, ज्ञान. आपली कार्यक्षमता कशी वाढेल याचे ज्ञान तुम्हाला पाहिजे. याबद्दल थोडा विचार करावा लागेल. त्या क्षेत्रातल्या तज्ञ

प्रार्थना अशी करा जणू सगळे काही ईश्वरावर अवलंबून आहे. काम असे करा की सगळे काही तुमच्यावर अवलंबून आहे.

– सेंट ऑगस्टीन

व्यक्तीकडून शिका. पुस्तके वाचा, सेमिनारला जा. जर तुम्हाला तुमची क्षमता वाढवण्याची इच्छा असेल आणि त्या दिशेने कष्ट घेण्याची तयारी असेल तर तुम्हाला नक्कीच मार्ग सापडेल.

समजा कुणालातरी रविवारी सकाळी आठवड्याची भाजी आणायची आहे, वाणसामान आणायचे आहे, मित्रासोबत ब्रेकफास्टला जायचे आहे आणि मुलाचा अभ्यास घ्यायचा आहे. तर महाशय आधी मित्राबरोबर जातील, मग घरी येतील, पिशवी घेऊन पुन्हा बाजारात जातील, येऊन मुलाला शिकवतील. शिवाय "आज आपण किती काम केले" असंही त्यांना वाटत राहील.

जर त्या व्यक्तीने स्वतःचे गुणगान गाण्याऐवजी आपली क्षमता वाढवण्याकडे लक्ष दिले तर तिच्या लक्षात येईल की थोडी हुशारी वापरली आणि कामांचा क्रम बदलला तर ती वेळाची बचत करू शकते. सर्वात आधी मुलाचा अभ्यास ठरवावा. थोडे शिकवून त्याला स्वाध्याय करायला द्यावा. पिशवी घेऊनच बाहेर पडावे. वाण्याकडे सामानाची यादी देऊन त्याला सामान घरी पाठवायला सांगावे. मित्राबरोबर ब्रेकफास्ट करून येताना भाजी आणावी. याला म्हणतात कार्यकुशलता. तेवढयाच वेळेत कितीतरी अधिक कामे करण्याची क्षमता.

जीवन दहा गिअरच्या मोटारसायकलप्रमाणे असते. आपल्यापैकी बऱ्याच लोकांकडे असे गियर्स असतात. त्यांचा वापर आपण कधीच करत नाही.

– चार्ल्स शुल्ज

दुसऱ्यांशी, विशेषतः आपल्यापेक्षा कमी सक्षम लोकांशी तुलना करण्याने काही फायदा होत नाही. जर तुलनाच करायची असेल तर आपल्यापेक्षा अधिक सक्षम लोकांशी करावी. याहीपेक्षा अधिक योग्य मार्ग म्हणजे आपल्या पूर्वीच्या कामाशी त्याची तुलना करावी. त्यावेळी असा विचार करा की जर काल हे काम मी दीड तासात केले तर आज मी तेच काम सव्वा तासात कसे करीन? मात्र ते करताना कामाच्या गुणवत्तेत फरक पडणार नाही याची काळजी घ्या. वेळ वाचवण्याच्या गडबडीत काम बिघडायला नको. कमीत कमी वेळेत सर्वोत्तम काम करणे हे तुमचे लक्ष्य असले पाहिजे. कारण प्रत्येक क्षेत्रातील सर्वात यशस्वी व्यक्ती अशाचप्रकारे काम करते.

तुम्ही आयुष्यावर प्रेम करता का? करत असाल तर मग वेळ वाया घालवू नका कारण वेळ वाया घालवणे म्हणजेच आयुष्य वाया घालवण्यासारखे आहे.

– बेन्जामिन फ्रँकलिन

13

वेळाच्या सर्वश्रेष्ठ उपयोगाचा तेरावा सिद्धांत

डेडलाईन निश्चित करा

> *जर शेवटच्या मिनिटाची डेडलाईन नसती तर बऱ्याचशा गोष्टी झाल्याच नसत्या.*
>
> **– मायकेल एस. ट्रेलर**

डेडलाईन म्हणजे वेळाची शेवटची मर्यादा. जुन्या काळी जेलच्या चारी बाजूंभोवती एक रेघ आखलेली असायची, त्याच्या बाहेर गेल्यावर कैद्यांवर गोळया झाडल्या जायच्या, त्या रेषेला डेडलाइन असे म्हणत. आजकाल डेडलाईन ओलांडली तर तुमचा जीव जाणार नाही पण तुमची प्रतिष्ठा आणि करिअरमधील बढतीच्या संधी जरूर जातील. म्हणून डेडलाईनचे गांभीर्य ओळखा.

जर तुम्हाला दुसऱ्या कुणाची डेडलाईन पाळायची नसेल तर स्वतःच स्वतःच्या कामाची डेडलाईन ठरवणे फारच चांगले. एखाद्या कामाला किती वेळ लागेल याचा विचार करा, आणीबाणींसाठी थोडा अवकाश ठेवा. आणि काम पूर्ण करण्याची शेवटची तारीख म्हणजेच डेडलाईन निश्चित करा. सुरुवातीला थोडा त्रास होईल पण मग डेडलाईन किंवा त्याच्या आतच काम पूर्ण करणे तुम्हाला जमू लागेल. डेडलाईन निश्चित करणे एक अशी लाभदायक सवय आहे की ज्यामुळे तुम्ही जीवनाच्या प्रत्येक क्षेत्रात वेगाने प्रगती करू शकाल.

डेडलाईनमध्ये असे काय आहे की ज्यामुळे तुमची क्षमता वाढते आणि तुम्ही वेगाने काम पूर्ण करू शकता? सगळयात महत्वाची गोष्ट म्हणजे तुम्हाला एक स्पष्ट लक्ष्य मिळते. लक्ष्य असेल तर आपण काम वेगाने करू शकतो हे आपण जाणतोच. दुसरी गोष्ट म्हणजे आपण त्यासाठी एक योजना बनवतो आणि त्यानुसार काम करण्यासाठी स्वतःला शिस्त लावतो. तिसरे, डेडलाईनमुळे तुमचे लक्ष त्यावर केंद्रित रहाते. त्यामुळे तुम्ही काम वेळेत जलद गतीने पूर्ण करण्याच्या दृष्टीने नवीन उपाय शोधता.

तुम्ही तुमच्या जीवनात याचा अनुभव घेतला असेल की जेव्हा तुम्हाला डेडलाइन दिली जाते, हे काम अमुक वेळेत पूर्ण करायचे आहे असे सांगितले जाते, तेव्हा तुमचे तन मन त्यातच व्यग्र असते. तुमच्यामध्ये एड्रीनलीनचा स्राव तयार होतो आणि आळस पळून जातो. तुम्ही सक्रीय होता, सतर्क होता आणि मनापासून कामाला लागता. हे काम वेळेत झाले नाही तर तुम्ही अडचणीत याल याची तुम्हाला कल्पना असते. तुम्ही सकाळी लवकर उठता, रात्री उशिरापर्यंत काम करता, तुमची झोपही कमी होते, कमी वेळ वाया जातो आणि अशा तऱ्हेने वेळेत काम पूर्ण करता.

यासाठी आपण एक उदाहरण लक्षात घेऊ. असे धरुन चला की सामान्यपणे तुम्ही सहा मिनिटात एक किलोमीटर अंतर धावता. पण एखादा भयानक कुत्रा तुमच्या पाठीमागे

> *माणूस जे युद्ध स्वतःशी लढत असतो तेच सर्वात मौल्यवान असते.*
>
> – रॉबर्ट ब्राउनिंग

लागला तर तुम्ही किती वेगाने पळाल? साहजिकच तुम्ही सहा मिनिटांपेक्षा कमी वेळेत एक किलोमीटर अंतर पार कराल, कारण तुमच्यामागे तो भयानक कुत्रा लागलाय! डेडलाईनला असाच पाठीमागे लागलेला वाघ आहे असे समजा, जो तुमच्याकडून वेगाने काम करून घेतो.

म्हणूनच वेळाच्या सर्वश्रेष्ठ उपयोगाचा तेरावा सिद्धांत आहे: डेडलाईन निश्चित करा.

माझा एक मित्र पुस्तके संपादन करतो त्याला डेडलाईन न घालता पुस्तक संपादित करायला दिले तर तो ते दीड महिन्यात पूर्ण करतो. मात्र त्याला सात दिवसांची डेडलाईन दिली तर तो तेच काम दहा दिवसात करतो. यावरून असे सिद्ध होते की, क्षमता महत्वपूर्ण नाही तर डेडलाईन महत्वाची आहे. त्याच्यामध्ये दहा दिवसात काम पूर्ण करण्याची क्षमता आहे पण त्याला डेडलाइन नसल्यामुळे तेच काम तो दीड महिन्यात पूर्ण करतो. तेव्हा काम लवकर करणे हा क्षमतेचा विषय नसून तो समर्पण आणि कामाप्रती असणाऱ्या निष्ठेचा आहे.

विमा कंपन्या डेडलाइनचा उपयोग करण्यात तरबेज असतात. त्या अशी जाहिरात देतात, अमुक एक विमा योजना एक महिन्यात बंद होत आहे. जर तुम्हाला त्याचा लाभ घ्यायचा असेल तर तत्काळ पॉलिसी घ्या. कार कंपन्याही

जी व्यक्ती आपल्या अर्ध्या तासाचाही विनियोग चांगल्या प्रकारे करू शकत नसेल त्याला अमर होण्याचा काय फायदा.

– राल्फ वाल्डो एमर्सन

अशाच डेडलाईनचा वापर करून जाहिराती देतात. अमुक तारखेपासून किंमती वाढत आहेत. आत्ता कार घ्या म्हणजे फायदा होईल. ग्राहक आपला फायदा व्हावा म्हणून विमा पॉलिसी किंवा कार खरेदी करतात. अशा तऱ्हेने डेडलाईन ही फक्त कामासाठीच नाही तर वस्तू विकण्याच्या कमी येणारी अनोखी चाल आहे. जेव्हा ग्राहकाला सांगितले जाते की अमुक तारीख डेडलाइन आहे तेव्हा त्याला त्या तारखेच्या आत निर्णय घेणे भाग पडते. नाहीतर ग्राहकाला निर्णय घ्यायला लावणे किती अवघड असते ते आपण जाणतोच. डेडलाईन दिली नाही तर तो जन्मभर निर्णय घेणार नाही.

काही लोकांना वाटते की डेडलाईनमुळे कामाच्या गुणवत्तेवर वाईट परिणाम होतो. त्यांचे मत काही प्रमाणात बरोबर आहे. जर काम अगदी शेवटच्या मिनिटाला सुरु केले तर गुणवत्तेवर परिणाम होण्याची शक्यता आहे. याउलट डेडलाईन नजरेसमोर ठेवून नियोजनबद्ध पद्धतीने काम केले तर गुणवत्तेवर काही परिणाम होण्याची शक्यता नाही. समजा एक विक्रेता १०० या विक्रीसाठी एक महिन्याची डेडलाईन ठरवतो. जर पंचवीस दिवस वाया गेल्यावर तो जागा झाला आणि काम करत सुटला तर त्याला रोज २० विक्री कराव्या लागतील, जे अतिशय अवघड आहे. याउलट जर तो पहिल्या दिवसापासून कामाला लागेल तर तो केवळ रोज ३, ४ विक्रीत उद्दिष्ट पूर्ण करू शकेल.

> *ज्याला सर्वात जास्त माहिती असते तो वेळाच्या वाया जाण्याने सर्वात जास्त दु:खी होतो.*
>
> *– डांटे*

तर डेडलाईनचे महत्व ओळखा आणि त्याचा उपयोग करून आपली क्षमता वाढवा.

> *वेळाचा हिशोबही पैशाप्रमाणे असतो. आपल्याकडे तो जितका कमी असतो. त्याप्रमाणात आपण त्याचा वापर काटकसरीने करतो.*
>
> *– जॉश बिलिंग्स*

14

वेळाच्या सर्वोत्तम उपयोगाचा चौदावा सिद्धांत

वेळ विकत घ्यायला शिका

एक इंच सोन्याच्या बदल्यात एक इंच वेळ खरेदी करता येत नाही.

– चिनी विचार

तुमच्यासाठी कोणती गोष्ट महत्वाची आहे; सोने की वेळ? या दोन्हीत तुम्ही काय वाचवायचा जास्त प्रयत्न करता? तुम्ही पॅसेंजर ट्रेनने प्रवास करणे पसंत करता की सुपरफास्ट ट्रेनने? सेवानिवृत्त लोक पॅसेंजर ट्रेननी प्रवास करणे पसंत करतात कारण त्याला भाडे कमी असते. पॅसेंजर ट्रेनने प्रवास केल्यास वेळ जास्त लागतो. पण सेवानिवृत्त लोकांना वेळ भरपूर असल्याने त्यांच्याजवळ वेळच वेळ असतो. याउलट जे लोक कामात व्यस्त असतात त्यांना सुपरफास्ट ट्रेन हवी असते. कारण त्यांच्याकडे वेळ कमी असतो आणि त्यांना त्या वेळाचा सदुपयोग करायचा असतो. त्याहीपेक्षा अधिक व्यग्र असणारे लोक विमानाने प्रवास करता, कारण त्यांचा वेळ त्याहीपेक्षा अधिक किंमती असतो. आपला वेळ किती किंमती आहे त्यानुसार ती व्यक्ती वेळ वाचवण्यासाठी पैसे खर्च करत असते.

जर तुम्ही वेळाच्या ऐवजी पैसे वाचवायला जात असाल

तर त्याचा अर्थ तुम्ही वेळाला जास्त महत्व देत नाही. याउलट जे लोक वेळाला महत्व देतात ते वेळ वाचवण्याचा भरपूर प्रयत्न करतात. किंवा असेही म्हणता येईल की ते वेळ विकत घेतात. या भागाच्या सुरुवातीला दिलेल्या चिनी सुविचाराप्रमाणे वेळ खरेदी करता येत नाही. पण माझ्यावर विश्वास ठेवा, वेळ खरेदी करता येतो. कंपन्यांचे मालक हेच तर करतात. जरा विचार करा कोणत्याही कंपनीचा मालक उत्पादन करत नाही, त्याचे वितरण करत नाही, त्याचे व्यवस्थापन करत नाही, किंवा ते विकतही नाही. मात्र नफा त्यांनाच होतो. तो आपल्या कर्मचाऱ्यांना पगार देऊन त्यांच्याकडून हवे ते काम करून घेतो. थोडक्यात तो पैसे देऊन इतरांचा वेळ खरेदी करतो.

जर तुम्हाला वेळ वाचवायचा असेल तर वेळाच्या सर्वश्रेष्ठ उपयोगाचा चौदावा सिद्धांत आचरणात आणा, वेळ विकत घ्यायला शिका.

पहिल्या भागात तुम्हाला तुमच्या एका तासाची किंमत काय असते ते कळले आहे. त्या उदाहरणात तुमच्या वेळाचे मूल्य १०० रूपये आहे असे आपण धरून चाललो होतो. या आधारावर तुम्ही वेळ खरेदी कसा करायचा ते ठरवा.

याचे एक उदाहरण बघूया. तुम्हाला विजेचे बिल भरायचे आहे त्यासाठी येण्याजाण्याचा रांगेत उभे राहण्याचा मिळून

> *"वेळ हेच धन आहे"* अशी म्हण आहे. जर तुम्ही ते उलट केलेत तर तुम्हाला एक मौल्यवान सत्य कळेल, धन म्हणजेच वेळ आहे.
> – जॉर्ज रॉबर्ट गिसिंग

दीड तास खर्च होतो. जर एखादा एजंट वीस रुपये घेऊन तुमचे काम करायला तयार असेल तर तुम्ही काय केले पाहिजे? तुमच्यासाठी दीड तासाचे मोल १५० रुपये आहे. त्यामुळे जर कोणी २० रुपयात ते काम करायला तयार असेल तर तुम्ही त्याला आनंदाने ते काम दिले पाहिजे. कारण तुमचा वेळ जास्त किंमती आहे. अशा तऱ्हेने पैसे देऊन वेळ खरेदी करायला शिका. हा सिद्धांत अतिशय महत्वाचा आहे. आणि सर्व मोठ्या कंपन्या याचा लाभ घेतात. आधुनिक जगातील आऊटसोर्सिंगचा वापर याच तत्वावर आधारित आहे. अमेरिकन कंपन्या पैसे देऊन भारतीय कंपन्यांकडून स्वस्तात कामे करून घेतात आणि आपला किंमती वेळ वाचवतात.

हा सिद्धांत काम डेलीगेट करणे म्हणजेच दुसऱ्यावर सोपवणे यापेक्षा वेगळा आहे. डेलिगेट करताना तुम्ही वेळ वाचवण्यासाठी कमी महत्वाची कामे तुमच्या हाताखालच्या लोकांवर सोपवता, तर वेळ खरेदी करताना तुम्ही कमी महत्वाची कामे बाहेरच्या लोकांकडून करून घेता. जर तुमच्या एका तासाचे मोल १०० रूपये असेल आणि समोरचा माणूस तेच काम १० रुपयात करत असेल तर त्यांच्याकडून काम करून घेण्यातच शहाणपणा आहे. कारण त्या वाचलेल्या वेळाचा तुम्ही अधिक उपयुक्त, मौल्यवान कामासाठी उपयोग करु शकता.

एकोणिसाव्या शतकातील प्रसिद्ध निसर्ग-शास्त्रज्ञ लुईस आगासी यांना नियमितपणे भाषणासाठी बोलावत असत.

> *तुम्ही या पृथ्वीतलावरील एकमात्र व्यक्ती आहात जी आपल्या योग्यतेचा वापर करू शकते.*
>
> **– झिग झिगलर**

एकदा ते काही महत्वाचे काम करत होते. त्यामुळे त्यांना वेळ नव्हता. अशातच एका आयोजकांनी त्यांना भाषणासाठी निमंत्रित केले. वेळाअभावी त्यांनी त्याला नकार दिला. आयोजकांनी आग्रह चालूच ठेवला आणि ते म्हणाले की भाषणासाठी ते त्यांना पैसे देणार आहेत. ते ऐकून आगासी भडकले. ते म्हणाले मला पैशाची लालूच दाखवू नका. पैसे कमावण्यासाठी मी वेळ वाया घालवू शकत नाही.

स्वावलंबी लोकांना वेळ खरेदी करायचे जिवावर येते. कारण त्यांना प्रत्येक काम स्वतः करायच असते. कंजूस लोकांनाही ते कठीण जाते. पैसे वाचवण्याच्या नादात ते स्वतःच छोटी छोटी कामे करत राहतात. या भानगडीत त्यांची मोठी आणि महत्वाची कामे राहतात. एक मजेदार उदाहरण बघूया.

काही लोक खरेदी करताना सर्वात स्वस्त वस्तू कुठे मिळेल ते दहा दुकानांमध्ये शोधतात, घासाघीस करतात. असं का याचा विचार तुम्ही कधी केला आहे का? तशी तर बरीच कारणे आहेत. पण प्रमुख कारण म्हणजे त्यांच्याकडे भरपूर वेळ असतो. परत तोच हिशोब करू या. तुमच्या एका तासाच मूल्य १०० रूपये असेल आणि तासभर घासाघीस करून तुम्ही दुकानदाराला २० रूपये कमी करायला लावले तर खरेतर तुमचा तोटात होतो. तुम्हाला २० रूपये चा फायदा नाही, तर ८० रूपये चा तोटा झालेला असतो.

> वेळ पैशापेक्षा अधिक मौल्यवान आहे. तुम्ही जास्त धन कमवू शकता, मात्र जास्त वेळ कमवू शकत नाही.
>
> – जिम रॉन

15

वेळाच्या सर्वश्रेष्ठ उपयोगाचा पंधरावा सिद्धांत

भविष्यातील लाभासाठी वर्तमानात त्याग करा

आपली दुविधा ही वेळाच्या कमतरतेपेक्षा जास्त गंभीर आहे. मुळात आपल्याला कशाला प्राधान्य द्यायचे हेच कळत नाही. नंतर आपल्या लक्षात येते की जी कामे करायला पाहिजे होती ती केली नाहीत आणि गरज नसलेल्या कामात वेळ घालवला.

– चार्ल्स ई. हमेल

वेळाच्या बाबतीत आपल्याकडे नेहमी पर्याय असतो. आपण त्याचा दुरुपयोग करू शकतो. तसेच सदुपयोगही करू शकतो. हवे तर आताचा क्षण मौजमजेत वाया घालवू शकतो किंवा उज्ज्वल भविष्यासाठी त्याचा शिडीसारखा उपयोग करू शकतो. आपल्याला हवे तर आळसात दिवस घालवत कमीत कमी काम करून जास्त आराम करू शकतो. किंवा जास्तीत जास्त काम करून आपण वेळाचे सोने करू शकतो. प्रत्येक यशस्वी व्यक्ती भविष्यातील लाभासाठी वर्तमानातील वेळाची गुंतवणूक करत असते. ज्याप्रमाणे प्रत्येक कंपनी भविष्यातील आर्थिक लाभासाठी पैशाची गुंतवणूक करते त्याप्रमाणे व्यक्तिगत जीवनात यशासाठी वेळाची गुंतवणूक करतात.

एक विद्यार्थी परीक्षा जवळ आल्यावरही तासन् तास टीव्ही बघत बसतो, आणि दुसरा विद्यार्थी परीक्षेत अभ्यासाच्या जोरावर जास्त मार्क्स मिळवू या विचाराने टीव्ही न बघता अभ्यासात वेळ घालवतो. कॉलेजमधला एक विद्यार्थी क्लास बुडवून मुलींशी गप्पा मारण्यात वेळ घालवतो तर दुसरा वर्गात मन लावून अभ्यास करतो. एक कर्मचारी ऑफिसमधील महत्वाच्या प्रोजेक्टवर काम करण्याऐवजी गप्पा मारत बसतो तर दुसरा कर्मचारी नोकरीतील प्रगतीचे उद्दिष्ट डोळयासमोर ठेवून महत्वाचे प्रोजेक्ट फटाफट पूर्ण करतो. एक विक्रेता सकाळी उठून टीव्ही बघत बसतो तर दुसरा सेल्समन सकाळी उठून संभाव्य ग्राहकांना फोन करून त्यांच्या भेटी ठरवतो. आता तुम्हीच सांगाः या सगळया उदाहरणांत उज्ज्वल भविष्य कोणाचे ठरेल? पहिल्या व्यक्तीचे किंवा दुसऱ्या व्यक्तीचे? निर्विवाद दुसऱ्या व्यक्तीचे भविष्य अधिक चांगले असेल. कारण सरळ आहे. प्रत्येक उदाहरणात पहिली व्यक्ती क्षणिक सुखाच्या मागे लागून आपला वेळ वाया घालवत आहे. तर दुसरी व्यक्ती उज्ज्वल भविष्यासाठी क्षणिक सुखाचा त्याग करत आहे.

म्हणूनच वेळाच्या सर्वश्रेष्ठ उपयोगाचा पंधरावा सिद्धांत आहे: भविष्यातील लाभासाठी वर्तमानात त्याग करा.

याचे एक उदाहरण बघूया. एक जपानी कंपनी कॅलिफोर्नियामधील योसेमाईट नैशनल पार्कचे व्यवस्थापन

> *जेव्हा तुम्ही मधाच्या शोधात जाता तेव्हा मधमाशा चावतील ही अपेक्षा ठेवली पाहिजे.*
>
> **– केनेथ कोंडा**

बघण्यासाठी इच्छुक आहे. अमेरिकेने त्या कंपनीला बिझिनेस प्लॅन सादर करायला सांगितला. त्यांना वाटले ते एक-दोन वर्षाचा प्लॅन देतील. मात्र जपानी कंपनीने चक्क २५० वर्षाचा प्लॅन सादर केला आणि अमेरिकन कंपनीच्या लोकांना ते बघून आश्चर्याचा धक्काच बसला. अमेरिकन लोक पुढची तिमाही किंवा फारतर एक वर्षाचा विचार करत होते. यासउलट जपानी कंपनी दीर्घकालीन भविष्याचा विचार करत होती.

खरंतर आपल्या सगळयांजवळ एका दिवसाचे २४ तास असतात. मुकेश अंबानी कडेही आणि छगनलाल कडेही. प्रश्न असा आहे की त्या वेळाचे काय करण्याचा पर्याय तुम्ही निवडता. तुमच्यासाठी काय महत्वाचे आहे त्यावर ते ठरते. क्षणिक सुख किंवा भावी यश? एखाद्या मुलाला खेळ, दंगामस्ती महत्वाची वाटते, तर तो ६ तास पतंग उडवतो आणि ४ तास टीव्ही बघत बसतो. दुसऱ्या मुलाला परीक्षेत प्रथम क्रमांक मिळवायचा आहे म्हणून तो १० तास अभ्यास करतो. अशा तऱ्हेने एक विक्रेता क्षणिक सुखासाठी टीव्हीवर क्रिकेट मॅच बघत बसतो, याउलट दुसरा विक्रेता भविष्यातील दीर्घकालीन आनंद महत्वाचा आहे हे जाणून वर्ममानातील वेळाचा पूरेपूर वापर करतो. तुम्ही कशाची निवड करता यावर तुमचे भविष्य अवलंबून आहे. वर्तमानातील क्षणिक आनंद की भविष्यातील चिरकाल सुख?

> ***उद्या उमलणारी फुले आजच्या बीजातून जन्माला येतात.***
>
> **– चिनी म्हण**

16

वेळाच्या सर्वश्रेष्ठ उपयोगाचा सोळावा सिद्धांत

ठरलेल्या वेळी काम करा

महान संगीतकार स्फूर्ती आल्यामुळे काम करत नाहीत. ते कामाला बसतात म्हणून त्यांना स्फूर्ती येते. बीथोवन, वॅग्नर, बाख आणि मोत्झार्ट दररोज तेवढयाच नियमितपणे काम करायचे जेवढया नियमितपणे एखादा अकांउटंट रोज नियमितपणे हिशोबाच्या वह्या घेऊन बसेल. स्फूर्ती येण्याची वाट बघत ते वेळ वाया घालवत नाहीत.

– अर्नेस्ट न्यूमन

आपल्या शरीरात एक घडयाळ असते. त्याला बायॉलॉजिकल क्लॉक असे म्हणतात. जेव्हा तुम्ही एका निश्चित वेळाला काम करण्याची सवय लावून घेता, तेव्हा तुमच्या शरीरालाही तसे वळण लागते. जर तुम्ही दुपारी दीड वाजता जेवत असाल तर रोज तुम्हाला त्याच वेळाला भूक लागेल. जर तुम्ही रोज दहा वाजता झोपत असाल तर तुम्हाला त्याच वेळाला झोप येईल. यालाच बायॉलॉजिकल क्लॉक असे म्हणतात. जे तुमच्याकडून ठराविक वेळाला काम करून घेते. तुम्हाला फक्त सवय लावून तशी चावी द्यायला लागेल.

प्रसिद्ध तत्त्वज्ञ इमॅन्युअल कांट वेळाच्या बाबतीत अतिशय काटेकोर होते. ते रोज दुपारी साडेतीन वाजता

फिरायला जायचे. त्यात एक मिनिटही इकडे तिकडे व्हायचे नाही. त्यांच्या या वक्तशीरपणाचा शेजारच्या लोकांना फायदा होत असे. त्यांच्या वेळानुसार शेजारी आपल्या घडयाळ्यातील वेळ जुळवत असत.

जर तुम्ही एका ठराविक वेळाला काम करण्याची सवय लावून घेतलीत तर तुमचे शरीर आणि मन दोन्ही त्यावेळी ते काम करण्यासाठी पूर्णपणे तयार असते. जर तुम्ही सकाळी सहा वाजता फिरायला जात असाल तर तुमचं शरीर रोज त्यावेळी तयार असतं. आणि आळसही कमी येतो. मात्र फिरण्याची अशी निश्चित वेळ नसेल तर मात्र आळसाचे तुम्ही सहजच शिकार बनता.

विशेषतः अप्रिय कामांच्या बाबतीत सवयीचा खूप फायदा होतो. तुम्हाला अभ्यास करायचा असेल तर त्याची एक वेळ निश्चित करा. जर तुम्हाला सेल्सच्या संदर्भातील कोल्ड कॉल करायचा असेल तर त्याची वेळ निश्चित करा. व्यायाम करायचाय, त्याची वेळ ठरवा. प्रत्येक महत्त्वाच्या कामाची वेळ निश्चित करा, प्रत्येक महत्वाच्या कामाची वेळ निश्चित केल्यामुळे तुम्ही शारीरिक आणि मानसिकरीत्या कामासाठी पूर्णपणे तयार रहाता.

वेळाच्या सर्वश्रेष्ठ उपयोगाचा सोळावा सिद्धांत आहे: ठरलेल्या वेळी काम करा.

प्रतिभाशाली व्यक्ती कामाच्या केंद्रबिंदूकडे बघत असतात. बाकीचे सगळे अनावश्यक ठरवून सोडून देतात.

– कार्लाइल

ठराविक वेळाला महत्त्वपूर्ण कामे करण्याचे अनेक फायदे होतात. पहिली गोष्ट म्हणजे ते काम करण्याचा आळस येत नाही. सवयीने, सहजपणे फार विचार न करता तुम्ही काम करू शकता. दुसरे, सवय झाल्यामुळे तुमचे शरीर आणि मन पूर्ण सक्रिय होऊन सहकार्य करते. तिसरे म्हणजे त्या कामात तुम्हाला आनंद मिळतो, याने काम करणे सोपे होते. चौथे म्हणजे जसजशी त्या कामाची तुम्हांला सवय होते. तस तसे तुम्ही ते काम अधिक चांगल्या प्रकारे करण्याचे किंवा लवकर मार्ग शोधता. पाचवे, वेळ निश्चित केल्यामुळे तुमचे कामाचे एक तंत्र तयार होते. त्याबरोबर नैसर्गिक शक्तीदेखील तुम्हांला साथ देईल कारण संपूर्ण विश्व एका विशिष्ट चाकोरीबद्ध तंत्राने चालते. तुम्हालाही तसेच करायला पाहिजे.

> *वेळ वाचवण्यासाठी कामाची योग्य वेळ निवडा.*
> *– फ्रान्सिस बेकन*

17

वेळाच्या सर्वोत्तम उपयोगाचा सतरावा सिद्धांत

वेळाच्या बरबादीचा गुरुत्वाकर्षणाचा नियम जाणून घ्या

सर्वसामान्य अमेरिकन कर्मचाऱ्यांच्या कामात दिवसभरात पन्नास व्यत्यय येतात. त्यातील ७०% गोष्टींचा त्यांच्या कामाशी काहीच संबंध नसता.

– डब्ल्यू एडवर्डस् डेमिंग

तुम्ही जर हवेत उडी मारली तर काय होईल? पृथ्वीच्या गुरुत्वाकर्षणाने तुम्ही खाली याल. वेळाच्या बाबतीतही तसेच घडते. एखादे महत्त्वाचे काम करायला तुम्ही सुरुवात केलीत की अडचणींच्या गुरुत्वाकर्षणाची शक्ती सक्रिय होते आणि तुम्हाला खाली ढकलू लागते. दुसरे लोक येऊन तुमच्या कामात विघ्न निर्माण करतात. ते तुम्हाला दुसरे कोणतेतरी काम करायला सांगतात, कोणीतरी भेटायला येतं, कोणाचा तरी फोनच येतो, बॉस तुमच्याकडे एखादे आवश्यक काम देतो. पत्नी बाजारातून एखादी वस्तू आणायला सांगते. मुलं गृहपाठात मदत मागतात. हे दुसरे-तिसरे काही नसून गुरुत्वाकर्षणाचा नियम आहे. तुम्ही हातात एखादे महत्त्वाचे काम घेतले की, त्या कामात अडथळे यायला सुरुवात होते. इतर कामे अचानक उपटतात आणि परिस्थिती बिकट होते. या संकटांच्या गुरुत्वाकर्षणाच्या शक्तीपासून सावध राहिले पाहिजे.

लक्षात ठेवा : या जगात दुसऱ्याची प्रगती बघून असूया वाटण्याची पद्धतच आहे. दुसऱ्याचा पाय खेचण्याची परंपरा असते. कोणी उंच भरारी घेऊ पहात असेल तर त्याचे पंख कापायला लोक तयारच असतात. म्हणूनच तुमची प्रगती तुमच्या आजूबाजूच्या लोकांना, अगदी नातेवाईकांनाही पसंत नसते आणि ते त्यात विघ्न आणायचे प्रयत्न करतात. त्यापासून बचाव करण्याचा उपाय साधा सरळ आहे. आपले तोंड बंद ठेवा. आपण कोणते महत्त्वाचे काम करत आहोत, तुम्ही कोणती नवी सवय स्वतःला लावली आहे, तुमची काय प्रगती होत आहे. याबद्दल कुठेही वाच्यता करू नका. जर तुम्ही डिंगोरा पिटणे थांबवले किंवा तुमची नवीन योजना काय आहे ते सांगणे थांबवले तर तुमचा काय इरादा आहे हे कोणाला कळणार नाही आणि बऱ्याच अडचणींपासून तुमची मुक्तता होईल. तुम्ही आयुष्यात वर यायचा प्रयत्न करत आहात हे कोणालाही सांगू नका. नाहीतर तुम्हाला खाली खेचण्यासाठी ते लोक त्यांची पूर्ण शक्ती वापरतील.

वेळाच्या सर्वश्रेष्ठ उपयोगाचा सतरावा सिद्धांत आहे की वेळ बरबाद करणारा गुरुत्वाकर्षणाचा नियम समजून घ्या.

चांगल्या कामात नेहमीच संकटे येतात. त्यामुळे पहिल्यापासूनच त्यासाठी तयार रहा आणि एखादी अडचण आली तर त्यावर कोणता उपाय करायचा त्याची योजना तयार ठेवा.

> माझा सल्ला आहे की तुम्ही मिनिटांकडे लक्ष द्या, मग तास त्यांची काळजी स्वतःच घेतील.
> — लॉर्ड चेस्टरफील्ड

तुम्ही घरी एखादे महत्त्वाचे काम करत असाल आणि त्याच वेळी तुम्हाला कोणी भेटायला आले, शेजाऱ्यांना गप्पा मारायचा मूड आला पत्नी किंवा मुलांनी एखादे काम सांगितले, जे तुमच्याशिवाय होणारच नाही. याशिवाय तुमच्या मोबाईल फोनवर तुमचा एखादा मित्र किंवा नातेवाईक यांना तुमच्याशी खूप वेळ गप्पा मारायची लहर आली असेही होऊ शकते. बाहेरच्या जगातील अशा गोष्टींच्या आक्रमणाच्या पद्धती ओळखायला शिकलं म्हणजे तुमच्या महत्त्वपूर्ण कामावर परिणाम होणार नाही. अशा भेटीगाठीला आलेल्यांपासून सुटका करून घेण्याचे स्पष्ट धोरण तयार करणे अत्यावश्यक आहे. आपण यावेळी महत्त्वाच्या कामात व्यग्र आहोत, त्यामुळे त्याच्याशी नंतर बोलू हे नम्रपणे पण ठामपणे सांगायला शिका. मोबाईल फोनवरही हेच धोरण ठेवा. तसेही मोबाईल फोन तुम्ही स्विच ऑफ करून ठेवू शकता.

याबाबतीत माझा एक मित्र खूप मजेदार तंत्र वापरतो. त्याच्या घराला दोन दरवाजे आहेत. जेव्हा त्याला आगंतुक माणसाचे येणे पसंत नसेल तेंव्हा तो समोरच्या दरवाजाला बाहेरून कुलूप लावतो. त्यामुळे आलेला आगंतुक माणूस कुलूप बघून परत जातो. तुम्हाला कुलूप लावणे पसंत नसेल तर दुसरा काहीतरी उपाय शोधा. तुम्हाला हवी ती क्लृती वापरा. पण तुमच्या प्रगतीच्या आड येणाऱ्या गुरुत्वाकर्षणाच्या शक्तीपासून स्वतःचा बचाव करण्याचा उपाय शोधून ठेवा.

> ***ज्या लोकांकडे रिकामा वेळ असतो ते नेहमी काम करणाऱ्या लोकांचा वेळ वाया घालवतील.***
>
> **– थॉमस सोवेल**

अपॉईंटशिवाय कोणालाही भेटू नका आणि वेळ दिली तर त्या वेळाचा अवधी सिमित ठेवा. आपण या गोष्टीची चर्चा चार ते सव्वाचार वाजेपर्यंत करु शकतो असे सांगू शकता.

प्रसिद्ध सिव्हिल इंजिनिअर ब्रुनेलच्या ऑफिसमध्ये फक्त एकच खुर्ची ठेवली होती. ती अशासाठी की त्यांच्याजवळ वाया घालवायला वेळ नाही याची जाणीव रहावी. त्यांच्याकडे कोणी महत्वाचे काम घेऊन आला तर ते स्वतःच्या खुर्चीवर बसत. साहजिकच ऑफिसमध्ये एक माणूस उभा आणि एक बसलेला अशी स्थिती असेल तर येणारी व्यक्ती फक्त कामाच्याच गोष्टी करेल. फालतू गप्पा मारण्यासाठीचे वातावरण नसल्याने अवांतर गप्पा होणारच नाहीत.

वेळाच्या बाबतीत हेन्री फोर्ड देखील अतिशय दूरदर्शी होते. त्यांना कामाच्या बाबतीत काही समस्या आल्यास ते मॅनेजर्सना आपल्या चेंबरमध्ये बोलवण्याऐवजी ते त्यांच्या चेंबरमध्ये जायचे. त्याबद्दल ते म्हणाले, ''माझ्या असे लक्षात आले की जितक्या लवकर मी त्याच्या ऑफिसमधून बाहेर जाऊ शकतो तेवढा समोरच्या व्यक्तीला मी माझ्या ऑफिसमधून लवकर बाहेर काढू शकत नाही.'' या मोठया माणसांप्रमाणे तुम्हालाही अडचणींवर तोडगा काढण्याचे मार्ग शोधले पाहिजेत. जेणेकरून तुम्ही वेळाचा सर्वश्रेष्ठ उपयोग करू शकाल.

> वेळ घालविण्याचा खरा अर्थ असा आहे की, वेळ आपल्याला घालवत असतो.
> – सर ओस्बर्ट सिटवेल

एके दिवशी बिस्मार्क एका इंग्रजी राजदूताशी बोलत होते. काही वेळाने त्या राजदूताने बिस्मार्कला विचारले, तुमचा मौल्यवान वेळ वाया घालवणाऱ्या आगंतुक लोकांपासून तुम्ही तुमची सुटका कशी करुन घेता? बिस्मार्कनी सांगितले माझी एक अचूक पध्दत आहे. आमचे बोलणे चालू असताना नोकर मला येऊन सांगतो की माझ्या पत्नीला काही जरुरी कामासंबंधी माझ्याशी बोलायचे आहे.

जेव्हा बिस्मार्क हे सांगत होते. त्याच वेळी नोकर तिथे आला आणि त्याने सांगितले की त्यांची पत्नी त्यांच्याशी काही महत्त्वाचे बोलू इच्छित आहे.

माणसाच्या सगळयात किंमती वस्तूची म्हणजेच वेळेची चोरी करणाऱ्या चोराला कायदा कधीच पकडत नाही.

– नेपोलियन

18

वेळाच्या सर्वश्रेष्ठ उपयोगाचा अठरावा सिद्धांत

न्यूटनच्या गतीच्या पहिल्या नियमाचा लाभ घ्या

तुम्ही दहा मिनिटात खूप काही करू शकता. ती दहा मिनिटे गेली की ती कायमची जात असतात. आपल्या जीवनाचे दहा दहा मिनिटांचे वाटे करा आणि निरर्थक गोष्टी करण्यात कमीत कमी वेळ घालवा.

– इंगवार काम्परेड

न्यूटनच्या गतीचा पहिला नियम सोप्या भाषेत असा सांगता येईल, जी वस्तू ज्या स्थितीत असते ती त्याच स्थितीत तोपर्यंत रहाते, जोपर्यंत बाहेरून एखाद्या बलाचा वापर केला जात नाही. हा एक अद्‌भूत नियम आहे. हा फक्त वस्तूंनाच नाही तर व्यक्तींनाही लागू पडतो. तुम्ही ज्या अवस्थेत आहात त्याच अवस्थेत रहाता, जोवर बाह्य बलाचा वापर होत नाही. हे बाहेरील बल कुठून येते: एकतर दुसऱ्याने टाकलेल्या दबावामुळे किंवा तुमच्या स्वतःच्या शिस्तीमुळे, स्वयंप्रेरणेने हे बल निर्माण होते.

इथे वेळाच्या सर्वश्रेष्ठ उपयोगाचा दुसरा सिध्दांत कामास येतो: आर्थिक लक्ष्य समोर ठेवा. हेच आर्थिक लक्ष्य तुम्हाला

कायम प्रेरणा देते, म्हणजे तुम्ही या बलाचा म्हणजेच स्वयंशिस्तीचा वापर करून आपली अवस्था बदलाल. तुमची आर्थिक स्थिती कशीही असली तरी तुम्ही स्वयंशिस्तीचा प्रयोग करून ती आणखी चांगली करू शकता. जिम रॉनची गोष्ट लक्षात ठेवा, स्वयंशिस्त, हीच तुमचे लक्ष्य आणि यश यामधील दुवा आहे.

असे पाहा, तुमची आर्थिक स्थिती सुधारण्याचे काम तुम्हालाच करायचे आहे, तुमची परिस्थिती सुधारण्यासाठी इतर लोक तुमच्यावर कशासाठी दबाब टाकतील? त्यांना त्यातून काय मिळणार आहे? माणूस जेव्हा घडयाळाला चावी देतो, ती घडयाळासाठी नसून त्याच्या स्वतःसाठी असते. दुसरे लोक तुमच्या नाही तर त्यांच्या स्वतःच्या भल्यासाठी तुमच्यावर दबाव आणतील. त्यामुळे स्वयंशिस्तीने मेहनत करण्याची जबाबदारी तुमची आहे हे लक्षात ठेवा.

म्हणूनच वेळाच्या सर्वोत्तम उपयोगाचा अठरावा सिद्धांत आहे : न्यूटनच्या वेगाच्या पहिल्या नियमाचा लाभ घ्या.

या नियमाचा एक उपयुक्त पैलू आहे. तुम्ही यशाच्या मार्गावर एकदा चालू लागलात की, जोपर्यंत बाहेरून ती अवस्था बदलायला कोणी बल वापरत नाही, तोपर्यंत तुम्ही त्याच अवस्थेत रहाल. आपण या आधीच्या सिद्धांतात बघितल्याप्रमाणे अनेक बाह्य बले तुमच्या प्रगतीमध्ये अडसर

तुम्हाला किती अंतर पार करायचंय ते महत्त्वाचे नसते. अवघड असते, ते पहिले पाऊल.

– मार्किस डे डेफन्ड

घालण्याचे प्रयत्न करतील. मात्र तुम्ही त्यांच्यापासून सावध रहा आणि यशाच्या मार्गावरील घोडदौड कायम चालू ठेवा.

एकदा डयूक ऑफ वेलिंग्टनने तरुण नेते पामर्स्टन यांना सकाळी साडेसात वाजताची अपॉईटमेंट दिली होती. त्यांना एका मित्राने विचारले ते रात्री उशीरापर्यंत जागून देखील सकाळी अपॉईटमेंटसाठी कसे पोहोचतील? पामर्स्टनने उत्तर दिले, खूपच सोपे आहे. झोपण्याआधी ते माझे शेवटचे काम असेल. याला म्हणतात स्वयंशिस्त पामर्स्टन यांना ला भेटीचे महत्व माहीत होते त्यांनी जागरणाच्या आपल्या सवयीला कामाच्या आड येऊन दिले नाही. त्यांनी आपल्या दिनचर्येत थोडा बदल करून न्यूटनच्या गतीच्या पहिल्या नियमाचा वापर केला. तुम्हीही असेच करू शकता. स्वयंशिस्तीचा वापर करून प्रगतीच्या पथावर वाटचाल करा आणि समोरून येणाऱ्या प्रत्येक अडचणीला दूर करत चला.

> ***लोक म्हणतात की, काळ परिस्थिती बदलतो. मात्र खरी गोष्ट अशी आहे की, तुम्हाला परिस्थिती बदलावी लागते.***
>
> **– एंडी वारहोल**

19

वेळाच्या सर्वश्रेष्ठ उपयोगाचा एकोणिसावा सिद्धांत

तुम्ही किती वेळ काम केले ते महत्त्वाचे नाही! त्याचा परिणाम महत्त्वाचा आहे

गती आणि प्रगती यात गल्लत करू नका, लहान मुलांच्या पुढे-मागे हलणाऱ्या घोडयाला गती असतो पण त्याची प्रगती होत नाही.

– आल्फेड ए. मोन्टापर्ट

हा सिद्धांत अत्यंत महत्त्वाचा आहे कारण बऱ्याच वेळा इथेच गैरसमज होण्याची संभावना असते. कर्मचाऱ्यांना नेहमी असे वाटते की ते आठ तास काम करतात म्हणून त्यांचा पगार वाढला पाहिजे तर दुसऱ्या बाजूला कंपनीच्या मालकाला वाटतं की त्यानं काम तर ५,०००/- रुपयांचे केले आणि तरीही त्याला ८,०००/- पगार मिळत आहे, त्यामुळे त्याचा पगार वाढवायची गरज नाही. यापेक्षा शक्य असेल तर एकतर त्याचा पगार तरी कमी करावा किंवा त्याला कामावरून काढून टाकावं.

या उदाहरणावरुन आपल्याला काय दिसतेः कर्मचाऱ्यासाठी महत्त्वाची बाब म्हणजे त्याने किती तास काम केले आहे तर मालक त्याने काय परिणाम साधला हे महत्त्वाचे आहे. दोघांच्या

मानसिकतेतील फरक कायम लक्षात ठेवा. कारण तुमचं क्षेत्र कोणतेही असले तरी शेवटी तुम्ही किती परिणामकारक काम करत आहात हेच बघितले जाते. जर तुम्ही पाच मिनिटात त्यांना अपेक्षित परिणाम दिलात तर ते तुम्हाला पुरस्कार देतील. याउलट तुम्ही पाच दिवसही काम करून अपेक्षित परिणाम साधला नाहीत तर त्यांना तुम्ही निराश कराल. म्हणूनच जगात तुम्ही किती वेळ काम केले ते महत्वाचे नसते. तर तुमच्या कामाने काय निकाल मिळाला हेच महत्वाचे असते.

उदाहरणार्थः दोन सैन्य लढत आहेत आणि त्यातील एक सैन्य हरते. असे बघायला गेले तर दोन्ही सैन्ये समान वेळ लढली, सेनेतील जवान जिवाची बाजी लावून प्राणपणाने लढले मात्र दोघांसाठी वेगळे परिणाम झाले. एका सैन्याचे नाव सुवर्णाक्षरांनी लिहिले गेले तर दुसऱ्या सैन्याला कलंकित व्हावे लागले.

आणखी एक उदाहरण बघू या. दोन शिंपी सारखाच वेळ शिवणकाम करतात. एकाने शिवलेले कपडे सुरेख बसतात. तर दुसऱ्याचे सैल-घट्ट होतात. तुम्हाला काय वाटले, इतका वेळ कपडे शिवल्याबद्दल ग्राहक त्या शिप्यांना शाबासकी देईल, की नावे ठेवेल? उत्तर तुम्हाला माहीतच आहे.

त्यामुळे कामाचा कालावधी महत्त्वाचा नसून परिणाम महत्त्वाचा आहे हे पक्के लक्षात ठेवा.

> ***आपल्यातील काही लोक आपले काम छान करतील, काही करणार नाहीत, परंतू आपले मूल्यमापन फक्त एकाच गोष्टीच्या आधारावर होईल – परिणाम.***
>
> **– विन्स लोम्बार्डी**

दोन महिन्याच्या कठोर परिश्रमानंतरही कॉन्ट्रॅक्ट मिळाले नाही याबद्दल कोणताही बॉस आपल्या कर्मचाऱ्याचे कौतुक करणार नाही. जर ग्राहक किंवा बॉस चांगला असेल तर तो तुमचे सांत्वन करेल, दिलासा देईल, मात्र पुरस्कार देणार नाही.

म्हणूनच वेळाच्या सर्वश्रेष्ठ उपयोगाचा एकोणिसावा सिद्धांत आहे : तुम्ही किती वेळ काम केले ते महत्त्वाचे नाही, तुम्ही काय परिणाम साधलात ते महत्त्वाचे आहे.

कोणतेही काम करताना वेळाच्या दृष्टिकोनातून विचार करून तुम्ही कोणतीही गोष्ट नव्याने करत नाही. जगातले सगळेच कर्मचारी असाच विचार करतात. तुम्ही कंपनीला काय देताय असे विचारले तर, आंम्ही १० ते ५ हा वेळ देतोय असे उत्तर असेल.

याउलट तुम्ही यशस्वी लोकांना हा प्रश्न विचारलात तर ते त्यांच्या कामाचा परिणाम सांगतील, आकडे सांगतील, त्यांनी काय योगदान दिले ते सांगतील. यासंबंधात एक उदाहरण बघू या. जर वर्माजींचे घर बांधायला २५ वर्षे लागली तर २२ वर्षात बनलेल्या ताजमहालापेक्षा त्यांचे घर अधिक चांगले आहे असे म्हणता येईल? कारण त्यात परिणाम अधिक महत्त्वाचा आहे यात किती वेळ घर बांधायला लागला ते महत्त्वाचे नाही.

एक पूर्ण काम पन्नास अर्धवट कामांपेक्षा केव्हाही चांगले म्हणता येईल.

– माल्कम एस. फोर्ब्स

याला एक अपवाद आहे. काम करायला लागलेला वेळ महत्त्वाचा असतो, जर त्याचा परिणाम अत्युत्कृष्ट असेल. बॉस तुम्हाला एखादे कठीण काम देतो आणि त्यासाठी तुम्हाला सात दिवसांची डेडलाईन देतो. पण ते काम तुम्ही दोनच दिवसात उत्तम रीतीने पूर्ण करून देता. बॉसच्या नजरेत तुमचा आदर वाढेल कारण तुम्ही अपेक्षेपेक्षाही कमी वेळेत उत्तम काम केले आहे. या गोष्टीने बॉस तुमच्यावर प्रभावित होईल आणि ही सवय तुम्हाला तुमच्या क्षेत्रात खूप पुढे आणि वर घेऊन जाईल. तीव्रता महत्वाची आहे, पण परिणाम त्याहून अधिक महत्वाचे आहेत. आणि हो, कवी स्टीफनने म्हटल्याप्रमाणे तुम्हांला एखाद्या भिंतीवर चढायचे असेल तर चुकीच्या भिंतीवर टेकलेल्या शिडीने वेगाने चढू नका. वेगाने काम करण्याचा फायदा तेंव्हाच होतो जेंव्हा शिडी एखाद्या योग्य भिंतीला टेकवलेली असते. म्हणजेच तुमचा प्रवास योग्य दिशेने होत आहे की नाही ते निश्चित करा. यशस्वी लोकांच्या नजरेतून जगाकडे बघा तुम्ही किती वेळेत किती काम केले ते महत्त्वाचे नाही. कामाचा परिणाम महत्त्वाचा आहे.

तुम्ही एखादे काम किती वेगाने केले ते लोक विसरून जातात. मात्र तुम्ही किती चांगल्या प्रकारे केले ते त्यांच्या लक्षात रहाते.

– हॉवर्ड डब्ल्यू. न्यूटन

20

वेळाच्या सर्वश्रेष्ठ उपयोगाचा विसावा सिद्धांत

कोणते काम कधी करायचे ते निश्चित करा

मी हे शिकलो आहे की, आपण काहीही करू शकतो, मात्र आपण सगळे काही करू शकत नाही. एका वेळाला तर नाहीच नाही. म्हणूनच कामाचे प्राधान्यक्रम ठरवताना तुम्ही कोणती कामे करू शकता. यावर लक्ष केंद्रित करू नये. त्याऐवजी ती कामे कधी करायची यावर लक्ष पाहिजे. टायमिंग ही अतिशय महत्त्वाची गोष्ट आहे.

– डॅन मिलमन

आपल्याला काम करताना अनेक भूमिका पार पाडाव्या लागतात. पुरुषांना एक मुलगा, पती, कर्मचारी, विक्रेता इत्यादी भूमिका निभावायच्या असतात आणि त्याबरोबर जबाबदाऱ्या असतात ते उघडच आहे. पत्नी घरातील सामान आणायला तुम्हाला बाहेर पाठवते. मित्रांचे मोबाईल फोन अवेळी येतच असतात, अनाहूत नातेवाईक येऊन टपकतात, मनात नसतानाही काही सामाजिक समारंभांना जावे लागते. एक गोष्ट नीट समजून घ्या. आयुष्य म्हणजे फुलांच्या पायघडयांसारखे नसते ते तर मारियो या कॉम्प्युटर गेमसारखे अवघड असते. तुम्हांला काटेकुटे, खोल खड्डे, जीवजंतू

असलेल्या मार्गावरुन स्वतःचा बचाव करत मार्गक्रमण करायचे असते. संकटामुळे न डगमगता आपल्या ध्येयावर लक्ष केंद्रित करून सतत चालायचे आहे. हाच तुमच्या ध्येयाप्रत पोहोचण्याचा उपाय आहे. ज्याप्रमाणे सगळे जोडे एका मापाचे नसतात, त्याप्रमाणे सगळी कामे सारखीच नसतात. काही कामे महत्त्वाची असतात. त्यासाठी अधिक एकाग्रता आणि वेळ देण्याची गरज असते. काही कामे क्षुल्लक/किरकोळ असतात, ती कधीही सहजपणे करता येतात. आणि काही कामे अशी असतात की तुम्हीच नाही तर कोणीही करू शकतात. इथेच टाइम मॅनेजमेंटची गरज असते. तुम्ही कमी महत्त्वाची कामे दुसऱ्यांकडून करून घेऊ शकता आणि वेळ विकत घेऊ शकता.

आमची एक नातेवाईक महिला आहे. तिला घरात भाज्या आणि किराणा सामान भरून ठेवायला आवडत नाही. त्यामुळे तिच्या पतीला सारखे बाजारहाट करायला जावे लागते. तिचा पती म्हणतो, ''आज भजी खाण्याचा मूड आहे.'' तेव्हा पत्नी म्हणते,''मग बाजारात जाऊन बेसन घेऊन या.'' पती म्हणतो. ''आज शिरा कर.'' पत्नी म्हणते, ''जा रवा घेऊन या.'' अशाप्रकारे रोज ती पतीला काही काही सामान आणायला बाजारात पाठवते. पती इतका चांगला माणूस आहे की तो चिडचिड न करता रोज जातो.

खरे यश मिळवण्यासाठी चार प्रश्न विचारा, का? का नाही? मी का नाही? आत्ताच नाही?

– जेम्स ॲलन

जर पती-पत्नी दोघेही वेळाच्या बाबतीत जागरुक असतील तर ते नियोजनबद्ध पध्दतीने आठवडाभराचे सामान भरून ठेवतील. ज्यामुळे सात दिवसांचा वेळ वाया जाणार नाही. अशा प्रकारची अनेक उदाहरणे दिसतील. एखादी व्यक्ती इंटरनेटवर मेल चेक करायला जाते आणि सर्फिंग करण्यात एक-दोन तास वाया घालवते. खरंतर "मी फक्त महत्त्वाच्या कामाचाच पूर्ण वेळ घेईन आणि बिनमहत्त्वाच्या कामात वेळ वाया घालवणार नाही' असा संकल्प तुम्ही केला पाहिजेत.

आठवडयातला एखादा दिवस छोटया-मोठ्या घरगुती कामांसाठी तुम्ही वेगळा राखून ठेवू शकता. त्या दिवशी योजना आखून सगळे पेंडींग कामे संपवा. एखादे काम ऑफिसच्या वाटेवर असेल तर त्यासाठी वेगळा वेळ न घालवता ऑफिसला जाता येता ते काम करून टाका. ट्रेन रिझर्व्हेशन करायचे असेल तर लांबलचक रांगेत उभे न रहाता घरबसल्या इंटरनेटवर रिझर्व्हेशन करा. त्यासाठी थोडे जास्त पैसे लागतील. मात्र त्यामुळे वेळ वाचेल म्हणजे इथेही तुम्ही वेळाच्या सर्वश्रेष्ठ उपयोगाचा चौदावा सिद्धांत पाळत आहात. पैसे देऊन वेळ खरेदी करत आहात.

जर तुम्हांला कोणाशी मोबाईलवर बोलायचे असेल तर त्यासाठी संध्याकाळची वेळ निवडा. सकाळचा किंमती वेळ वाया घालवू नका.

प्रत्येक काम करण्याएवढा पुरेसा वेळ कधीच नसतो. मात्र सगळयात महत्त्वाचे काम करण्यासाठी नेहमीच पुरेसा वेळ असतो.

- ब्रायन ट्रेसी

हेच इंटरनेट आणि ईमेलच्या बाबतीत म्हणता येईल. या कामात एकाग्रतेची गरज नसते आणि त्यात वेळ वाया जातो. जेव्हा तुम्हाला रिकामा वेळ असेल, थकल्यामुळे मन एकाग्र होत नसेल अशा वेळी त्यावर वेळ घालवा. सकाळी टीव्ही पासूनही दूर रहा. सकाळी आपली सर्वात महत्त्वाची कामे करा. कारण सकाळच्या कामातूनच तुमच्या दिवसाची दिशा ठरते. जर तुम्ही विद्यार्थी असाल तर सकाळी सर्वात अवघड विषयाचा अभ्यास करा. जर तुम्ही सेल्समन असाल तर सकाळी कॉल्स करा.

म्हणूनच वेळाच्या सर्वश्रेष्ठ उपयोगाचा विसावा सिध्दांत आहे, कोणते काम कधी करायचे ते निश्चित करा. तुम्ही कितीही स्वयंशिस्तीने योजनापूर्वक निष्ठेने काम करत असाल तरी कधी कधी अशी वेळ येते की, तुमचा काम करायचा मूड नसतो. अशा वेळी मग बाहेरची किंवा घरची छोटी मोठी कामे करून टाका. टीव्हीसमोर लोळत पडण्यापेक्षा ते केंव्हाही चांगले आहे. या संदर्भात एनबीसीचे प्रमुख आणि अमेरिकन प्रोडयुसर जुकर यांचे उदाहरण लक्षात ठेवा. त्यांना आतडयांचा कॅन्सर झाला होता. त्यांची कामावर एवढी निष्ठा होती की, ते एक दिवसही सुट्टी घेत नसत. ते केमोथेरपी शुक्रवारी संध्याकाळी ठेवायचे त्यामुळे शनिवार, रविवार या दोन दिवसाच्या सुट्टीत आराम मिळून सोमवारी ते कामावर जाऊ शकायचे. काम करण्यासाठी तुम्ही कोणती वेळ निवडता त्यामुळे सगळा फरक पडतो.

> ***मी घडयाळाची नाही तर घडयाळ माझे गुलाम आहे.***
>
> **– गोल्डा मायर**

21

वेळाच्या सर्वश्रेष्ठ उपयोगाचा एकविसाचा सिध्दांत

सकाळी लवकर उठा

> *सकाळचा एक तास पूर्ण दिवसाची दिशा ठरवत असतो.*
>
> – हेन्री वार्ड बीचर

लवकर निजे, लवकर उठे, त्यासी आरोग्य, धन, संपत्ती भेटे. हे शहाणपण आज पूर्णपणे नजरेआड केले जाते. अनुभवाने ही गोष्ट मला माहीत आहे. मी एके काळी रात्री २-३ वाजता झोपून सकाळी ८-९ वाजता उठत होतो. तुम्ही देखील मध्यरात्रीनंतर झोपत असाल तर तुमची गणना देखील माझ्यासारख्या लोकांमध्येच करावी लागेल. टाईम मॅनेजमेंटच्या दृष्टीने हे पूर्ण चुकीचे आहे. कारण सकाळी उशीरा उठल्यावर तुम्हाला इतर कामांसाठी वेळ असेल मात्र स्वतःसाठी वेळ नसेल.

यावर लोक असा युक्तिवाद करतील (जो मी पण एके काळी करत होतो.) सकाळी लवकर उठणे त्यांच्या आवाक्यातील नाही. रात्रीच्या शांत वेळेत त्यांचे काम अधिक चांगल्या प्रकारे होऊ शकते आणि रात्री कितीही वेळ ते काम करू शकतात. मात्र हा युक्तिवाद चुकीचा आहे. सकाळी ४ वाजता उठलात तरीही तुम्हाला शांती मिळेल, आणि त्या वेळेला काम अधिक चांगल्या पध्दतीने होईल. महत्वाची

गोष्ट अशी आहे की त्यावेळाला शरीर आणि मन ताजेतवाने असल्यामुळे कामाला वेग येत असतो. रात्रीच्या वातावरणात ऑक्सिजन कमी असल्यामुळे डोकं जास्त चालत नाही. म्हणून रात्रीची वेळ बौद्धिक कामांसाठी योग्य नसते. आदर्श वेळ सकाळचीच असते, त्यावेळी ऑक्सिजनचा पुरवठा भरपूर असतो. विश्वास बसत नसेल तर सकाळी सहा वाजता आणि रात्री सहा वाजता त्याच रस्त्यावर एक चक्कर मारुन बघा.

आणखी एक गोष्ट लक्षात घ्या, वेळाच्या सर्वश्रेष्ठ उपयोगाच्या बाबतीत सगळयात जास्त अडचणी दुसऱ्यांमुळे येतात. त्यामुळे सकाळी एका तासात तुम्ही जितकी कामे करू शकता, त्याच कामांना दुपारी तीन तास लागतात. सकाळी मोबाईलचे टेन्शन नसते, वर्तमानपत्रही उशीरा येते, मुलेही सकाळी उशीरा उठतात. त्यामुळे तुम्ही पूर्ण एकाग्रतेने काम करू शकता.

सकाळी सूर्योदयाआधी दोन तास सकाळी उठावे आणि सूर्योदय झाल्यावर दोन तासांनी झोपावे हा दिनचर्येचा आदर्श भाग असतो. तुम्ही पहाटे चार वाजता उठलात तर तुमच्याकडे वेळच वेळ असतो. ऑफिसला जाण्याअगोदरही चार पाच तासाचा वेळ तुमच्याकडे असतो. या वेळेत तुम्ही व्यायाम करु शकता पूर्ण दिवसाची आखणी करू शकता आणि महत्त्वाची कामेही करू शकता. दुसऱ्या बाजूला, लवकर झोपण्याच्या

सकाळी दहा वाजेपर्यंत आनंदात असाल तर उरलेला दिवस आपली काळजी स्वत:च घेईल.

– अल्बर्ट हबार्ड

सवयीमुळे तुम्ही अनेक समस्यातून मुक्त होऊ शकता. रात्री उशीराच्या पार्ट्यांना जाणे टाळता येते. याशिवाय तुमची जीवनशैली आरोग्यपूर्ण राहाते.

आपली पूर्वजांनी जीवनशैली अधिक उत्तम अशासाठी होती की, ते निसर्गाच्या अधिक जवळ होते. एवढेच नाही, तर ते निसर्गाच्या लयीप्रमाणे काम करायचे. नैसर्गिक वातावरणात रहायचे, काम करायचे. पहाटेच्या प्रसन्न शांत वातावरणात ऋषि-मुनी ब्रह्म मुहूर्तावर भजन पूजन करायचे. कोंबडे आरवले की ते उठायचे आणि आकाशात चंद्र उगवला की झोपी जायचे. अशा तऱ्हेने ते शरीराला निसर्गाशी सुसंगत ठेवायचे. आजकाल आधुनिकतेच्या शर्यतीत लोकांची दिनचर्या इतकी कृत्रिम झाली आहे की, निसर्गाशी माणसाचा संपर्कच तुटला आहे. रात्री जागल्याने माणसाची नैसर्गिक लय नष्ट होते, सकाळी उठायलाही उशीर होतो. त्यामुळे अपचन होते, बद्धकोष्ठतेचा त्रास सुरू होतो. उत्साही, ताजेतवाने वाटत नाही आणि दिवसभर शरीरात आळस भरलेला असतो.

म्हणूनच वेळाच्या सर्वश्रेष्ठ उपयोगाचा एकविसावा सिध्दांत आहे: सकाळी लवकर उठा.

जर तुमचा शेजारी लवकर उठत असेल तर तुम्ही त्याच्यापेक्षाही लवकर उठा.

– द माफिया मॅनेजर

22

वेळाच्या सर्वश्रेष्ठ उपयोगाचा बाविसावा सिद्धांत

एक तास व्यायाम करा

ज्या लोकांना असे वाटते की त्यांच्याकडे व्यायामासाठी वेळ नाही त्यांना कधीतरी आजारासाठी वेळ काढावा लागेल.

– एडवर्ड स्टॅनले

माणसाला असे वाटत असते की, तो स्वतःसाठी जगतो. मात्र तो ज्याप्रकारे वेळ खर्च करत असतो ते पाहिल्यावर असे वाटत नाही की, तो स्वतःसाठी जगत आहे. तो अशी नोकरी करतो जी त्याला पसंत नसते. तेच जेवतो जे बायको मुलांच्या आवडीने बनलेले असते. दमून भागून घरी येतो तेंव्हा घरातील लोक जो कार्यक्रम बघत असतील तोच त्यालाही बघावा लागतो. म्हणजेच त्याला स्वतःसाठी वेळ काढता येत नाही.

तुम्हाला रोज एक तास स्वतःसाठी काढायला हवा. तेवीस तास दुसऱ्यांसाठी आणि एक तास स्वतःसाठी. या एक तासात स्वतःच्या शरीराची देखभाल केली पाहिजे. आपल्या शरीराच्या स्वास्थ्यासाठी, सौंदर्यासाठी एक तासाचा वेळ फार जास्त नाही. शेवटी शरीराच्या जोरावरच तुम्ही तुमची सगळी कामे करत असता. हे शरीरस्वास्थ्य जर टिकले नाही तर तुम्ही या सुंदर जगाचा आनंद कसा घ्याल? हीच तर

तुम्हाला सोन्याचं अंडं देणारी कोंबडी आहे, मात्र तुम्ही त्या कोंबडीचे पोटच कापू बघताय. तुम्ही सकाळपासून संध्याकाळपर्यंत चविष्ट (आणि अपायकारक) पदार्थ खात असता ज्याची शरीराला त्याची गरजही नसते. आणि शरीराला ज्याची गरज असते. तो व्यायाम तर तुम्ही करत नाही. आता तुम्हीच सांगा शरीरावर हा अन्यायच होतोय की नाही?

लक्षात ठेवा, तुम्ही जर तुमच्या शरीराची काळजी घेण्यासाठी वेळ काढला नाही तर तुमचा उरलेला वेळ (आणि जीवन) ही धोक्यात येईल. म्हणूनच हा सिद्धांत या पुस्तकात दिला आहे. तुम्हाला वाटेल, वेळ वाचवण्याच्या या पुस्तकात वेळ घालवण्याचा सल्ला का बरं दिला आहे, तर तो अशासाठी, की या एका तासाचा परिणाम बाकी तेवीस तासांवर होतो. व्यायाम ही एक गुंतवणूक आहे, समय-व्यवस्थापनात तिचा परतावा तुम्हाला कैक पटींनी मिळेल.

या एका तासात तुम्हांला आपल्या शरीराची देखभाल करायची आहे. फिरायला जाणे, व्यायाम करणे, योगासनांच्या वर्गाला किंवा जिमला जाणे, शरीराला मसाज करणे–एकूण शरीर स्वास्थ्याकडे लक्ष द्यायचं आहे. वेळाच्या नियोजनाच्या संदर्भात व्यायामाचे अनेक फायदे आहेतः एक म्हणजे यामुळे तुमची तब्येत चांगली रहाते, आजारपणामुळे वेळ जात नाही. दुसरे, शरीराबरोबर मेंदूही तल्लख आणि उत्साही होतो. तिसरी गोष्ट म्हणजे आळस झटकला जातो आणि तुम्ही महत्त्वाची

ज्याला जग हलवायचं आहे. त्याने प्रथम स्वतः हललं पाहिजे.

– सॉक्रेटिस

कामे उत्साहाने करता. व्यायामाने तुमचं शरीर पिळदार होईल आणि तुमचे व्यक्तिमत्व आकर्षक दिसेल. तुम्ही सेल्समन असाल तर तुम्ही कसे दिसता ते अत्यंत महत्त्वाचे असते कारण आकर्षक आणि शारिरीकदृष्टया तंदुरुस्त सेल्समनमुळे लोकं अधिक प्रभावित होतात.

म्हणूनच वेळाच्या सर्वश्रेष्ठ उपयोगाचा बाविसावा सिध्दांत आहे : एक तास व्यायाम करा.

फक्त एका गोष्टीची काळजी घ्या. योग्यप्रकारे व्यायाम करा. बरेचदा लोक म्हणतात की, मी आज अर्धा तास चाललो. जरा थांबा, वेळाच्या उपयोगाचा एकोणिसावा सिध्दांत तुम्हाला सांगतो की तुम्ही किती वेळ काम केले व ते महत्त्वाचे नसून त्या अर्ध्या तासात तुम्ही किती किलोमीटर चाललात आणि किती वेगाने चाललात ते महत्त्वाचे आहे. जर तुम्हाला चालण्याचा व्यायाम करायचा असेल तर त्यासाठी तुम्हाला वेळ आणि अंतर याचे योग्य प्रमाण ठरवायला लागेल. पन्नास मिनिटात पाच किलोमीटर हे आदर्श प्रमाण आहे. फक्त चालण्यापुरताच व्यायाम मर्यादित ठेवू नका. जॉगिंग, योगासने, वेटलिफ्टिंग असे विविध प्रकार करा. तीस मिनिटात तीन किलोमीटर चाला आणि उरलेल्या तीस मिनिटात इतर व्यायाम करा. सूर्योदयापूर्वीची वेळ चालण्यासाठी योग्य राहील. कारण त्यावेळी हवेत प्रदूषण नसते. आणि ताजा ऑक्सिजन तुमच्या फुफ्फुसांमध्ये आणि मेंदूत पोहोचून तुम्हाला ताजेतवाने वाटते.

जेव्हा स्वच्छ ऊन असते तेव्हा छप्पर दुरुस्त करावे.

– जॉन एफ केनेडी

23

वेळाच्या सर्वश्रेष्ठ उपयोगाचा तेविसावा सिध्दांत

टीव्ही पासून सावधान

जे काम करण्याची काहीच गरज नव्हती. ते अत्यंत कुशलतेने करणे.

– पीटर ड्रूकर

टीव्हीमुळे आज जितका वेळ वाया जात आहे, तितका इतिहासात कधी दुसऱ्या कारणामुळे झालेला आढळत नाही. फेसबुकचाही यातच समावेश करावा लागेल. टीव्हीचे अनेक दुष्परिणाम होत आहेत. आपण मात्र इथे फक्त वेळ वाया जाण्याच्या संदर्भात विचार करणार आहोत. एका पाहणीवरुन असा निष्कर्ष निघाला आहे की, लोक एका आठवडयात जवळजवळ १७ तास टीव्ही बघतात म्हणजे रोज जवळ जवळ अडीच तास. याचा अर्थ लोक त्यांच्याजवळ असलेल्या सक्रिय वेळेतला २०% वेळ टीव्ही बघण्यावर फुकट घालवतात.

जरा विचार करा तुम्ही टीव्ही बघितला नाहीत तर काय होईल? बऱ्याचवेळा असे होते की, अर्धाच तास टीव्ही बघायचा असे ठरवून तुम्ही टीव्ही समोर बसता. अर्ध्या तासानंतर दुसऱ्या चॅनेलवर आणखी एखाद्या चांगला कार्यक्रम दिसू लागला की, दोन तास कधी होतात ते कळत नाही. या भानगडीत तुमची बहुतेक सगळी आवश्यक कामे अर्धवट

रहातात. टीव्हीबघणारे बरेचजण त्यांच्या शैक्षणिक महत्त्वाबद्दल बोलतात. पण फक्त शैक्षणिक कार्यक्रमासाठी टीव्ही बघणारे कोणीच मला आजपर्यंत भेटलेले नाहीत. शिक्षणच घ्यायचं असेल, तर त्यासाठी शिवाय इतर अनेक गोष्टी आहेत पुस्तके वाचा, इंटरनेटवरून माहिती घ्या. पण खरंच ज्ञान वाढवणारेच कार्यक्रम तुम्ही टीव्हीवर बघत असाल तर हा भाग तुमच्यासाठी नाही. माझ्या एका परिचितांकडे सकाळपासून रात्रीपर्यंत टीव्ही चालू असतो. सकाळी ते स्वतः बातम्या बघतात. अधून मधून शाळेत जाण्यापूर्वी मुले कार्टून्स बघतात, दुपारी पत्नीच्या मालिका आणि गाणी चालतात. संध्याकाळी ते आले की परत बातम्या आणि मालिका ते स्वतः पहातात. अधून मधून मुलांचे कार्टून्स बघणे चालूच असते. थोडक्यात पूर्ण दिवस टीव्हीलाच वाहिलेला असतो. टीव्ही हा त्यांच्या कुटुंबाचा एक कायमचा आणि सर्वांत महत्वाचा घटक झाला आहे. बाकी तर जाऊच दे, त्यांचे जेवणही टीव्ही समोर बसून होते. त्यामुळे जेवणाची चव तर त्यांना कळत नाहीच. शिवाय ते किती खात आहेत याचंही भान त्यांना रहात नाही. परिणामतः ते जरुरीपेक्षा जास्त खातात आणि दिवसेंदिवस लठ्ठ होतात.

मुलं किती वेळ टीव्ही बघतात याचा हिशोब लावणं कठीण आहे. याचं एक उदाहरण बघू या. चौथीच्या विद्यार्थ्यांचे त्या संदर्भात पाहाणी केली गेली. त्यावेळी त्या वर्गात अमेरिकन संगीतकार रॉब झॉम्बीही शिकत होते. रॉब एका दिवसात नऊ

वेळ वाया घालवणे म्हणजे आयुष्य वाया घालवणे.

– आर शेनॉन

तास टीव्ही बघतात हे ऐकून त्यांचे शिक्षक आश्चर्यचकित झाले. त्यांनी रॉबला विचारले, रात्री उशीरा जागल्याशिवाय एवढा वेळ टीव्ही कसा काय बघू शकतोस? त्याने उत्तर दिले. मी सकाळी लवकर उठतो आणि बऱ्याच वेळा मला शेतीसंबंधी कार्यक्रम बघावे लागतात. कारण एवढया सकाळी फक्त तेच कार्यक्रम असतात. या प्रसंगाला कितीतरी वर्षे होऊन गेली. आता तर चोवीस तास तुमच्या आवडीचे कार्यक्रम चालू असतात आणि आपल्या मनावर नियंत्रण ठेवण्यासाठी तुम्हाला शिस्तीची आवश्यकता असते.

जर तुम्हाला तुमच्या वेळाचा सर्वश्रेष्ठ उपयोग करायचा असेल तर टी.व्ही पासून सावध रहा.

वर्तमानपत्र हे टीव्हीच्या तुलनेत माहितीच्या दृष्टीने चांगले साधन असते. तुम्हाला जगभराच्या बातम्याही कळतात आणि ज्ञानात भर पडते. मात्र यांच्या दुसऱ्या बाजूचाही विचार केला पाहिजे. जर सचिन तेंडुलकरने शंभरावे शतक केले, पण तुम्हाला क्रिकेटमध्ये रस नसेल तर ती सविस्तर बातमी वाचून काय उपयोग? कॅटरिना कैफ आणि सलमान खान यांच्या प्रेमप्रसंगांबद्दल वाचून क्षणैक आनंदाशिवाय तुम्हाला काय मिळणार? वर्तमानपत्र वाचतानाही चटपटीत मसालेदार गोष्टी वाचण्याऐवजी तुम्ही सकारात्मक आणि ज्ञानवर्धक बातम्या निवडा, जेणेकरून त्यामुळे तुमचा वेळ वाचेल.

टीव्ही तुमचा उत्कृष्ट सेवक आहे, पण भयंकर मालक आहे. निवड तुम्हाला करायची आहे.

– ब्रायन ट्रेसी

मुद्दा असा आहे की, आपल्या कामापुरतं बघा आणि बिनमहत्त्वाच्या गोष्टी नजरेआड करा. ही गोष्ट फक्त वर्तमानपत्र आणि टीव्हीच्याच बाबतीत लागू नाही तर सगळयाच बाबतीत लागू पडतात. ब्रिटीश गायक क्रॅग डेविड रोज दाढी करण्यात ४० मिनीटे घालवायचा, तसे तुम्ही करू नका. तुम्ही जर हा सिद्धांत अंमलात आणलात तर तुमचा कमीत कमी अर्धा तास वाचेल, ज्यात तुम्ही तुमची महत्त्वाची कामे करु शकाल.

अशा तऱ्हेने शिकत रहा की, तुम्ही कायम जिवंत रहाणार आहात, अशा तऱ्हेने जगा की, जणू उद्याच मरणार आहात.

– अज्ञात

24

वेळाच्या सर्वश्रेष्ठ उपयोगाचा चोविसावा सिद्धांत

मोबाईलचा वापर कमीत कमी करा

> *हरवले आहेत: काल, सूर्योदय आणि सूर्यास्ताच्या मधले, हिऱ्याची साठ मिनिटं जडवलेले दोन सोन्याचे तास व शोधणाऱ्या व्यक्तीला काहीही इनाम दिले जाणार नाही. कारण ते परत मिळणार नाहीत. कायमचे सोडून गेले आहेत.*
>
> – होरेस मॅन

मोबाईलवर हल्ली आपण कितीतरी कामे करतो. मोबाईलवर बोलतो, गाणी ऐकतो, फिल्म बघतो, शिवाय गेम खेळतो, चॅटिंग करतो, फेसबुकावर जातो, नेट सर्फिंग, इंटरनेट बँकिंगचे व्यवहार करतो, फोटो काढतो, व्हिडीओ बनवतो आणि बघतो. एका छोट्याशा मोबाईलमुळे सारं जग खरोखरच आपल्या मुठीत आले आहे.

पण जरा थांबा! आठवा काही वर्षांपूर्वी मोबाईल नव्हते, तेव्हाही आपले जीवन सुरळीत चालूच होते. मोबाईल युगात प्रवेश केल्याने आपला केवढा किंमती वेळ निरर्थक गोष्टीत वाया जातो. आजकालची तरुण मुले मोबाईलवर गाणी ऐकणे, चॅटिंग करणे आणि बोलण्यात इतके हरवलेले असतात की, त्यांच्याजवळ विचार करायला वेळच नसतो. जरा रिकामा वेळ मिळाला की, मोबाईल चालू होतो. क्लासमध्येही मुले

मोबाईलवरुन मेसेज पाठवतात. मोबाईलचा अतिवापर आरोग्यासाठी हानीकारक आहे हे त्यांना समजत नाही.

बहुतेक मोबाईल्समधून इलेक्ट्रो मॅग्नेटिक रेडिएशन निघते. ज्याच्यामुळे अनेक प्रकारचे धोके निर्माण होतात. अती रेडिएशनने ब्रेन ट्युमर, नपुंसकता, कॅन्सर, गर्भपात, डीएनएची विकृती असे अनेक गंभीर विकार जडतात. त्यामुळे तुम्ही मोबाईलचा जितका कमी उपयोग कराल तेवढे तुमच्या आरोग्यासाठी चांगले. मात्र मोबाईलची ही साथ कितीतरी पटीनी दिवसेंदिवस वाढतच चाललीय. एका पहाणीनुसार असे आढळून आले आहे की अमेरिकेतील लोक जवळजवळ ३ तासाचा वेळ मोबाईल इंटरनेटवर वाया घालवतात. या वेळाचा दोन तृतियांश भाग हा इन्स्टंट मेसेजिंगसाठी वापरला जातो.

मोबाईल हा वेळाच्या बाबतीतला सर्वात मोठा शत्रू आहे. कारण तो आपल्याला बिनमहत्त्वाच्या कामात गुंतवतो आणि महत्वाची कामे राहून जातात. माझ्या परिचयात एक विद्यार्थिनी आहे. तिच्या आई वडिलांनी तिला आयआयटी च्या परीक्षेला बसण्यासाठी प्रेरित केले. कोचिंगची भलीमोठी फी भरली. मात्र अभ्यासाऐवजी ती मुलगी खोलीचे दार लावून चॅटिंग करत बसायची. परिणाम अपेक्षितच होता. ती त्या परीक्षेत पास होऊ शकली नाही. म्हणूनच वेळाच्या सर्वश्रेष्ठ उपयोगाचा चोविसावा सिद्धांत आहे : मोबाईलचा कमीतकमी वापर करा.

मोबाईलमुळे दोन प्रकारे वेळ वाया जातो. एकतर आपण त्यावर वेळ वाया घालवतो किंवा त्याच्या माध्यमातून दुसरे लोक आपला वेळ वाया घालवतात. जेव्हा ज्याला वाटतं,

तेव्हा ते मोबाईलची घंटी वाजवून आपल्यापर्यंत पोचतो. आपण एखादे महत्त्वाचे काम करत असताना मध्येच जर फोन आला तर आपला उत्साह मावळतो. कारण त्या कामात खंड पडतो. मोबाईलमुळे आपण रात्रीही शांतपणे झोपू शकत नाही. अर्ध्या रात्री मेसेज किंवा फोन आल्याने आपली झोप खराब होते. इंटरनेटमुळेही आपली वेळ वाया जातो, मात्र त्यामुळे आपल्या झोपेवर परिणाम होत नाही. आपण आपल्या इच्छेने ई-मेल चेक करतो. मोबाईल फोन आला की, मात्र लगेच घ्यायला लागतो.

मोबाईलवर वेळ वाया जातो हे बघून काही लोक स्वतःकडे दोन मोबाईल ठेवतात. एक सगळयांसाठी आणि दुसरा काही खास लोकांसाठी. आपला सार्वजनिक मोबाईल नंबर ते संध्याकाळ नंतर बंद करून ठेवतात म्हणजे अनावश्यक फोनमुळे त्यांचा वेळ वाया जाणार नाही. महत्त्वाचा फोन कॉल तपासण्यासाठी ते दर दोन-तीन तासांनी फोन चालू करून मिस्ड कॉल चेक करतात. अनेक लोक सेलफोन सायलेंटवर ठेवून मिस्ड कॉल्स् बघून आपल्या सोयीनुसार बोलतात. मीटिंग चालू असताना सेलफोन बंद करावा कारण एखाद्या महत्त्वाच्या चर्चेमध्ये मोबाईलच्या आवाजामुळे तुमची आणि इतरांची एकाग्रता भंग होऊ नये.

मोबाईल आधुनिक जगाची भेट आहे. त्याचा फास तुमच्या वेळाच्या गळयात दिवसेंदिवस आवळला जातोय. तुम्ही

तुम्ही एक गोष्ट रिसायकल करू शकत नाही,
ती म्हणजे वाया गेलेला वेळ.

– अज्ञात

त्यावर इलाज केला नाहीत तर तो तुमच्या अधिकांश वेळाचा सत्यानाश करेल म्हणून मोबाईलचा कमीत कमी वापर करा आणि वाचलेल्या वेळाचा जास्तीत जास्त सदुपयोग करा.

> *मित्र तुमच्या वेळावर दरोडा घालत असतात.*
> *— फ्रान्सिस बेकन*

25

वेळाच्या सर्वश्रेष्ठ उपयोगाचा पंचविसावा सिद्धांत

इंटरनेटवर वेळ वाया घालवू नका

यश आणि अपयशाच्या मध्ये फक्त तीन शब्दांची एक रेष असते: माझ्याकडे वेळ नव्हता.

– फ्रॅंकलिन फिल्ड

बहुतेक लोक इंटरनेटला वरदान मानतात. पण हां, इंटरनेट हा शापही होऊ शकतो. प्रत्येक चांगल्या वस्तूचा दुरुपयोगही होऊ शकतो. विश्वास बसत नसेल तर जी मुले तासन् तास इंटरनेटवर गेम्स् खेळण्यात वेळ घालवतात, जी तरुण मुले इंटरनेटवर सर्फिंग करत बसतात. अशा मुलांच्या आई–वडिलांना विचारा. यात इंटरनेटचा काहीच दोष नाही. इंटरनेटवर तर सर्व प्रकारची माहिती उपलब्ध आहे. तुम्ही त्याचा वापर कसा करता ते तुमच्यावर अवलंबून आहे. गरज नसताना तुम्ही त्यावर पंधरा मिनिटे जास्त वेळ घालवलात तर तुम्हाला त्याबाबतीत सजग राहिले पाहिजे.

तुम्हाला वेळाची बचत करायची असेल तर इंटरनेटपासून सावध रहा. सर्फिंग हा त्यातला प्रमुख धोका असतो. तुम्ही एखाद्या कामासाठी इंटरनेटवर जाता आणि तेवढयात तुम्हाला दुसरी एखादी आकर्षक साईट मिळते, जाहिरात दिसते आणि त्यावर क्लिक करून दुसऱ्याच जगात पोचता. वेळ वाया जाण्याचे आणखी एक कारण म्हणजे तुम्ही सर्च इंजिनवर

काहीतर शोधत असता. मात्र शब्दांचा वापर योग्य प्रकारे करत नाही. त्यामुळे त्या संदर्भांत लाखो गोष्टी स्क्रीनवर येतात. तुम्हाला हवी ती माहिती मिळायला मग खूप वेळ लागतो. माहिती शोधायची योग्य पध्दत तुम्हाला येत असेल आणि सर्च इंजिनवर योग्य कीवर्ड तुम्ही टाकले की, तुम्हांला हवी असलेली माहिती पटकन् तुमच्यासमोर येते.

म्हणून वेळाच्या सर्वश्रेष्ठ उपयोगाचा पंचविसावा सिद्धांत आहे : इंटरनेटवर वेळ वाया घालवू नका.

जर तुम्हांला इंटरनेटवर नियमितपणे काम करायचे असेल तर तुम्ही ब्रॉडबॅन्ड कनेक्शन वापरा. कारण त्याचा वेग जास्त असतो. सामान्य नेटवर्क कनेक्शनचा वेग कमी असतो. त्यात तुमचा बराच वेळ वाया जातो. याशिवाय तुमच्या कॉम्प्युटरची रॅम वाढवा. तसे केल्यास कॉम्प्युटर वेगाने चालतो आणि डाऊनलोडिंग वेगही जास्त असतो. धिम्या गतीने चालणाऱ्या कॉम्प्युटरमुळे तुमचा किती वेळ वाया जातो याची तुम्हांला कल्पनाच नाही. मात्र तुम्ही एक तासापेक्षा अधिक वेळ कॉम्प्युटर वापरत असाल तर कॉम्प्युटरच्या वेगाचा नक्कीच विचार करा.

आयडीसीच्या एका संशोधनात असं दिसून आलं की, लोक, खास करून युवकवर्ग प्रत्येक आठवडयाला ३३ तास इंटरनेटवर घालवत असतो.

प्रत्येक माणूस दिवसात कमीतकमी पाच मिनिटे तरी शुद्ध मूर्ख असतो. हा वेळ वाढू नये याची काळजी घेण्यातच शहाणपण आहे.

– अल्बर्ट हबार्ड

वेळाचा सर्वात जास्त उपयोग किंवा दुरुपयोग फेसबुकवर होतो. काही तरुण मुले त्यात दर आठवडयाला २० तास वेळ घालवतात. याशिवाय यू टयूब, पोर्न साईटस्, सर्च इंजिन, ई-मेल खूप वेळ खातात. याचा अर्थ इंटरनेटचा जितका उपयोग होतो त्यापेक्षा जास्त वेळ त्यावर वाया जातो. जर तुम्हाला फक्त ईमेलच चेक करण्यासाठी इंटरनेटवर जायचं असेल तर तुम्ही वेळ वाया घालवण्याचा धोका पत्करू नये. कारण ते काम तर आऊटलुक एक्सप्रेस किंवा माइक्रोसॉफ्ट आऊटलुकवर पण करता येते.

त्यामुळे सर्वात आधी तुम्हाला इंटरनेटवर काय करायचं आहे. ते ठरवा आणि मग हव्या त्या साईटवर जाऊन माहिती घ्या आणि इंटरनेट बंद करा. इंटरनेटमुळे वेळ वाया जाऊ नये असे वाटत असेल तर त्याचा वापर तेव्हा करा जेव्हा त्यानंतर लगेच तुम्हाला काही अत्यावश्यक काम करायचे असेल. कारण तुम्ही मग अनावश्यक वेळ घालवायचा धोकाच उरत नाही. विशेषकरुन रात्री इंटरनेटचा दुरुपयोग होण्याची शक्यता जास्त असते. कारण त्यावेळी घालवायला तुमच्याकडे खूप वेळ असतो. तुम्ही रात्री लवकर झोपलात तर इंटरनेट बरोबर इतर सर्व फालतू कामे करण्यापासून वाचाल. म्हणून सकाळी लवकर उठायची सवय लावा आणि इंटरनेट वर वेळ वाया जाण्याच्या बाबतीत सतर्क रहा.

> ***तुम्हाला पूर्वेला जायचं असेल तर पश्चिमेकडे वळू नका.***
>
> **– रामकृष्ण परमहंस**

26

वेळाच्या सर्वश्रेष्ठ उपयोगाचा सव्विसावा सिध्दांत

आळसापासून सावध रहा

आळस हा मृत समुद्र आहे तो सर्व सद्‌गुण गिळून टाकतो.

– बेंजामिन फ्रॅंकलिन

वेळ वाचवण्यासाठी तुम्हाला आळसापासून स्वतःला वाचवले पाहिजे. जेव्हा आपल्यासमोर एखादे कठीण काम येते तेव्हा आपण आळस आल्याने ते करायचे टाळतो. पण टाळाटाळ करण्याशिवाय (ज्याबद्दल पुढच्या भागात सविस्तर चर्चा केली आहे.) आळसाची इतर अनेक कारणे असतात. आळसाचे एक महत्त्वाचे कारण आहे, ज्यामुळे बहुतांश लोक दुर्लक्ष करतातः जरुरीपेक्षा जास्त जेवणे.

जर तुम्ही जरुरीपेक्षा जास्त खात असाल किंवा जास्त तळलेले पदार्थ खात असाल तर तुमची उर्जा कमी होईल आणि मन एकाग्रचित्त होणार नाही.

आळसामुळे तुम्ही जास्त चुका करता आणि कामाची चालढकल करत कशीतरी कामे आटपता. त्यामुळे तुमच्या कामाच्या गुणवत्तेवर वाईट परिणाम होतो. जर तुम्ही शेरलॉक होम्सचे चाहते असाल तर तुम्हाला ही गोष्ट अधिक चांगली समजेल. कारण जेव्हा तो एखाद्या समस्येच्या मागे लागायचा,

तेव्हा खाणे पिणे सोडून द्यायचा. त्याच्या मते जेवणानंतर रक्तप्रवाह पोटाकडे जातो आणि त्यामुळे मेंदूची काम करण्याची क्षमता कमी होते.

म्हणून वेळाच्या सर्वश्रेष्ठ उपयोगाचा सव्वीसाचा सिध्दांत आहेः आळसापासून स्वतःला वाचवा.

एक गोष्ट लक्षात घ्या, इथे जेवणासाठी लागणाऱ्या वेळाबद्दल आपण बोलत नसून जास्त खाण्यामुळे होणाऱ्या परिणामांची गोष्ट करत आहोत. जेवायला वेळ कमी लागतो. मात्र जास्त खाण्यामुळे येणाऱ्या आळसामुळे वेळ वाया जातो.

दिवसा जेवल्यानंतर विद्यार्थ्यांना पेंग येते आणि रात्री भरपेट जेवल्यानंतर सरळ बिछान्यावर जाण्याची इच्छा होते, हे तुमच्या लक्षात आलं आहे का? एखाद्या रेस्टॉरंट किंवा लग्न समारंभात भरपूर जेवल्याने, पोट जड होतं आणि कधी एकदा झोपायला जातो असे तुम्हालाही झाले असेल.

सकाळी आपण सर्वात चांगले काम कां करू शकतो ते तुम्हाला माहीत आहे? एक कारण असे आहे की, त्यावेळी आराम केल्यानंतर शरीराची थकवा गेलेला असतो. सकाळी हवेत ऑक्सीजन भरपूर असतो. तिसरे कारण म्हणजे त्यावेळी आपले पोट रिकामे असते.

पोट रिकामे झाल्यावर डोकं जास्त चांगले चालते. म्हणून एकावेळी जास्त खाण्यापासून स्वतःला वाचवले पाहिजे.

> ***आळस गोड असतो पण त्याचे परिणाम निर्दयी असतात.***
>
> **– जॉन क्विन्सी एडम्स**

जेणेकरून तुम्हाला आळस येणार नाही. थोडया अंतराने थोडे थोडे खाणे तब्येतीसाठी सगळयात चांगले. तुम्ही जेव्हा कमी खाता तेव्हा तुम्हाला आळस येत नाही, तुमची उर्जा आणि एकाग्रता टिकून राहाते.

आळसामुळे माणूस आपली महत्त्वाची कामे करू शकत नाही म्हणून आपली उर्जा टिकून राहण्यासाठी आळस नावाचा महारोग दूर ठेवा.

जेवल्यानंतर, कुणी कमी खाल्याबद्दल दुःख केले नाही.

– थॉमस जेफरसन

वेळाच्या सर्वश्रेष्ठ उपयोगाचा सत्ताविसावा सिध्दांत

टोलवाटोलवी करू नका.
चालढकल करू नका

> *खरी गोष्ट अशी आहे की लोकांना आपले आवडते*
> *काम करण्यासाठी वेळ काढता येतो. कमतरता*
> *वेळाची नसून इच्छेची असते.*
>
> **– सर जॉन लुबाक**

आपण सगळेच कधी ना कधी एखाद्या गोष्टीची चालढकल करत असतो. आजचे काम उद्यावर ढकलतो. त्याला कारण म्हणजे आपला मूड नसतो किंवा ते काम कठीण वाटत असते. मात्र अशी चालढकल वेळाच्या व्यवस्थापनाच्या दृष्टीने घातक आहे हे लक्षात ठेवा. याचा एक तोटा असा आहे की, असे केल्याने तुम्ही उद्याचा वेळ गहाण ठेवता. जे करम आजच करता येण्यासारखे होते ते उद्यावर ढकल्याने तुम्ही दुसऱ्या दिवशीच्या कामाचे ओझे आणखी वाढवता. आजचे काम आज केलेत तर दुसऱ्या दिवसाचा ताण वाढणार नाही. शक्य असेल तर दुसऱ्या दिवशीच्या काही गोष्टीही आजच करून टाका म्हणजे त्या दिवशीच्या कामाचा भार हलका होईल आणि त्या वेळेत तुम्ही काही नवीन कामे करू शकाल.

टाईम मॅनेजमेंट

म्हणूनच वेळाच्या सर्वश्रेष्ठ उपयोगाचा सत्ताविसावा सिद्धांत आहेः चालढकल करू नका.

आता हे आपण बघू या की चालढकल का केली जाते. त्याची कारणे अनेक आहेत. काम कंटाळवाणे असते, अवघड असते. काम संपण्याचा निश्चित काळ नाही, त्यासंबंधीचे उद्दिष्ट स्पष्ट नसते. किंवा ते काम तुम्हांला इतकं मोठं वाटतं की त्याला कुठून सुरुवात करायची तेच समजत नाही. अनेकवेळा असंही होतं की, कामाची पूर्ण माहिती नसते आणि ती मिळाल्यावर कामाला सुरुवात करू असं तुम्हाला वाटतं. चालढकल करण्याचे कारण काहीही असलं तरी ते दूर करून आजचं काम आजच करण्याची सवय लावली पाहिजे. तुमचा निश्चय पक्का असेल तर कुठलीही समस्या सोडविता येते. मात्र निश्चय डळमळीत असेल तर प्रत्येक समस्या विक्राळ स्वरूपाची वाटते. मुळात प्रश्न असतो. तो निश्चय पक्का असण्याचा.

चालढकल करण्याचे सामान्य कारण म्हणजे एखादे काम करण्याचा आपला मूड कधीच नसतो. एक नीट लक्षात घ्या की छान काम करायला मूड कधीच नसतो. मन चंचल असतं. जर शतकानुशतके मनावर काबू ठेवण्याचा उपदेश केला जात असेल तर त्याला तसंच काही कारण असतं. मन कधीच चांगल्या गोष्टीकडे जात नाही. कारण त्यासाठी स्वयंशिस्त आणि कष्टाची गरज असते. ते तर कायमच क्षणिक सुख आणि आनंद यांच्यामागे धावत असतं.

यशाचा नियम तोपर्यंत लागू पडणार नाही जोपर्यंत तुम्ही काम करणार नाही.

– अज्ञात

सुंदर मुलींशी गप्पा मारण्याचा तुमचा मूड कायमच असेल, मात्र बाह्या सरसावून मेहनत करण्याची इच्छा कधीच होणार नाही. मेहनत करायला मन कचरतं म्हणूनच तुम्हांला जीवनात काही करायचे असेल तर मनाचे किंवा मूडचे गुलाम राहू नका. मनाला शिस्त लावा आणि मूड असो किंवा नसो, कामाला लागा.

चालढकल करण्याचा आणखी एक प्रकार म्हणजे काम अर्धवट सोडायचे. तुम्ही एखादे काम अर्धवट सोडता आणि मग विचार करता की ते उद्या पुरे करुया. जेव्हा दुसरा दिवस उगवतो तेव्हा आदल्या दिवशी कुठपर्यंत काम झालं होतं, तुमचं लक्ष्य काय होतं आणि तुम्ही ते कसं पूर्ण करणार आहात. ते तुम्हाला आठवावं लागतं. यात तुमचा बराचसा वेळ वाया जातो. याशिवाय असंही होऊ शकतं की, ते काम पूर्ण करण्याइतका वेळ तुमच्याजवळ उरतच नाही. म्हणूनच नेहमी काम पूर्ण करूनच उठा. काम खूप मोठं असेल तर त्याची विभागणी करा आणि एका वेळी त्याचा एक भाग पूर्ण करायचा अशी योजना आखा. चालढकल करणे हा एक लोकप्रिय बहाणा आहे. यासंदर्भात एक स्पॅनिश म्हण आहे. उद्या हा आठवडयाचा सगळयात व्यग्र दिवस असतो.

काही लोकांकडे आपले आवडते काम न करण्याची हजारो कारणे असतात. वास्तविक त्यांना फक्त ते काम काम का करू शकतात या एकाच कारणाची गरज असते.

– विलिस आर. व्हिटनी

28

वेळाच्या सर्वश्रेष्ठ सिद्धांतांचा अठ्ठाविसावा सिद्धांत

दुसऱ्या दिवशीचे वेळापत्रक बनवून सुप्त मनाच्या शक्तीचा लाभ घ्या

युवावस्थेत माझ्या दहापैकी नऊ कामात अपयश यायचं. मला जीवनात असफल व्हायचं नव्हतं म्हणून मी दहापटीने जास्त काम केले.

– जॉर्ज बनार्ड शॉ

वेळाच्या नियोजनाची आदर्श स्थिती म्हणजे आदल्या दिवशीच दुसऱ्या दिवशीच्या कामाचे नियोजन करणे. एक दिवस आधी नियोजन केल्याने तुम्हाला सुप्त मनाच्या शक्तीचा लाभ होतो, मनाचे दोन प्रकार असतात. एक जागृत मन आणि एक सुप्त मन. जागृत मन विचार करत असतं. सुप्त मन आपल्याला जाणवत नाही. मात्र हेच मन आपल्याला योग्य प्रकारे आणि कमी वेळेत काम करण्याचे नवीन प्रकार सुचवू शकते.

रात्री खूप विचार करूनही उत्तर मिळाले नाही आणि सकाळी त्याचे उत्तर मिळाले? विचार न करताच सगळं काही ठीक झालंय असं घडलंय का? झालं असेल तर ते तुमच्या सुप्त मनामुळे झालं आहे. रात्री जेव्हा तुम्ही आणि

तुमचे मन झोपलेले असते. तेव्हा हे सुप्त मन त्या समस्येवर काम करते आणि सकाळ होताच उत्तर तुमच्यासमोर हजर केले जाते. जागृत मन जणू काही त्याचं काम आऊटसोर्स करत असतं. जे काम जागृत मनाला अवघड असतं ते सुप्त मन चुटकीसरशी करतं म्हणूनच सुप्त मनाचा उपयोग करून घेण्यासाठी कामाची योजना आदल्या दिवशी करा.

तुम्हाला खरंच जर व्यवस्थापन करायचं असेल तर जागृत मनाचाच नाही, तर सुप्त मनाचाही उपयोग करून घ्यावा लागेल. हेच मन तुम्हांला कमी वेळेत अधिक काम करण्याचे उपाय शोधण्यात मदत करेल. एक रात्र आधीच योजना केलीत तर रात्रभर ती कार्यसूची तुमच्या सुप्त मनाकडे सामावली जाते. दुसऱ्या दिवशी तुम्हाला आपोआप योग्य क्रम सुचतात आणि तुम्ही त्याप्रमाणे काम करू लागता. काम करायची नवीन पद्धतही तुम्हाला सुचू शकते.

कधी कधी कामाच्या संदर्भात न विचार करता वेळाच्या संदर्भात विचार केल्याने तुमचे काम अर्धवट राहिले असेही होऊ शकतं. जसं तुम्ही कधी – कधी म्हणता. मी हे काम तासात करीन, त्याऐवजी मी या कामाला हा भाग एका तासात पूर्ण करीन. असं म्हणाला पाहिजे. त्याहीपेक्षा चांगली पद्धत म्हणजे जर त्या कामात सव्वा तास लागला तर सव्वा तास ते काम केलं पाहिजे. पूर्ण करण्याच्या दृष्टिकोनातून त्याकडे बघा.

> *मेंदू ज्याचा विचार करू शकतो आणि ज्यावर विश्वास ठेवतो ते मिळवू देखील शकतो.*
>
> – नेपोलियन हिल

याचं एक उदाहरण बघू या मी एक तास गणिताचा अभ्यास करीन असं एक विद्यार्थी ठरवतो. दुसरा विद्यार्थी ठरवतो मी दहा उदाहरणे सोडवीन. आता कोणाची जास्त प्रगती होईल, त्याचा तुम्हीच विचार करा. अर्थातच दुसऱ्या विद्यार्थ्यांची, कारणे त्याने काम करण्याचे निश्चित लक्ष्य ठरविले आहे.

> यशाचे सरळ सूत्र आहे. योग्य काम करा, योग्य प्रकारे करा, योग्य वेळात करा.
>
> — अरनॉल्ड एच ग्लासगो

29

वेळाच्या सर्वश्रेष्ठ उपयोगाचा एकोणतिसावा सिद्धांत

वाईट सवयीपासून दूर रहा

माझा शेजारी काय म्हणतो आणि विचार करतो याची पर्वा जो माणूस करत नाही त्याचा कितीतरी वेळ वाचतो.

– मार्क्स ऑरेलियस

या भागात आपण दारू, सिगरेट यांच्या गुणदोषांवर चर्चा करणार नाही कारण ते आरोग्याच्या संदर्भातले प्रश्न आहेत. आपण त्यांचे विश्लेषण वेळाच्या संदर्भात करणार आहोत. दारु आणि सिगारेट शरीराच्या बाबतीत तर घातक आहेतच पण या गोष्टी वेळाच्या संदर्भातही घातक आहेत. तरुण व्यक्ती एक सिगारेट ओढण्यामध्ये अर्धा तास घालवते असा अंदाज आहे. सिगारेट संपायला पाचच मिनिटे लागतात. मात्र सिगारेटसाठी जी जुळवाजुळव करायला लागते, वातावरण निर्माण करायला लागते, त्यासाठी बराच वेळ जातो. आपल्या समाजात घरी सिगारेट ओढायचा रिवाज नाही, त्यामुळे काहीतरी बहाणा काढून तो मुलगा बाहेर जातो. पानाच्या दुकानात जाऊन सिगारेट ओढतो. सोबत असलेल्या मित्राबरोबर गप्पा टप्पा होतात. या फालतू गोष्टीत वेळ कसा जातो ते समजतही नाही.

म्हणून वेळाच्या सर्वश्रेष्ठ उपयोगाचा एकोणतिसावा सिद्धांत आहे : वाईट सवयीपासून दूर रहा.

दारु तर वेळ आणखी वाया घालवणारी सवय आहे. वेळ वाया घालवणारी ती सर्वात वाईट गोष्ट आहे असे म्हटले तर ती अतिशयोक्ती नाही. एकतर दारु प्यायला बराच वेळ लागतो आणि प्यायल्यावर माणूस कुठलेही काम करू शकत नाही, कोणाला भेटू शकत नाही, कुठे जाऊ शकत नाही, किंवा फोनवर धड बोलूही शकत नाही. दारू प्यायल्यावर अपघाताची शक्यता वाढते ते वेगळेच. दारु प्यायल्यावर दुसरा दिवसही बिघडतो कारण त्यामुळे दुसऱ्या दिवशीही सकाळ डोकेदुखीने उजाडते. आदल्या दिवशीच्या नशेचा हँगओव्हर दुसऱ्या दिवशी दुपारपर्यंत राहातो. दारूचे व्यसन सोडल्याने आपला बराचसा वेळ वाचू शकतो.

सिगरेट आणि दारु व्यतिरिक्त इतरही अनेक वाईट सवयी असतात. ज्यामुळे तुमचा बराचसा वेळ वाया जातो. या मानसिक सवयीमुळे अडकून तुमचा बराचसा वेळ वाया जातो. एक मुख्य सवय म्हणजे दुसऱ्यावर टीका करणे, इकडची गोष्ट तिकडे करणे. वेळाच्या नियोजनाच्या दृष्टीने ती वाईट आहे. कारण त्यात तुमचा खूप वेळ वाया जातो.

वाद घालणे, भांडणे यामुळेही तुमचा बराचसा वेळ वाया जातो. त्याचा ताण पडतो ते वेगळंच. म्हणून या सवयीपासून सावध रहा. लांबलचक गप्पा मारण्यातही खूप वेळ वाया जातो.

तुम्ही उशीर करता, वेळ करत नाही.
– बेंजामिन फ्रँकलिन

सवयी घालवण्यासाठी सिंकदर या महान योध्द्याच्या वडिलांच्या म्हणजे दुसऱ्या फिलिपच्या संदर्भातली घटना लक्षात ठेवा. सगळया प्रमुख युरोपियन देशांवर कब्जा केल्यासवर फिलिपने लॅसीडेमॉनवर हल्ला करण्याचे ठरवले आणि तिथल्या नागरिकांना धमकीचे पत्र लिहिले.

''तुम्ही ताबडतोब शरण यावं असा तुम्हांला सल्ला आहे. कारण जर माझे सैन्य तुमच्या शहरात घुसले तर तुमची शेते नष्ट होईल. तुमची हत्या होईल आणि तुमचं शहर बेचिराख होईल.'' लॅसीडेमॉनचे लोक याला तसेच सडेतोड उत्तर देऊ शकले असते मात्र त्यांनी फक्त एक शब्द लिहून पाठवला. ''जर!'' फिलिपला संदेश मिळाला आणि त्याने लॅसीडेमॉनवर चढाई करण्याचा निर्णय बदलला.

आज हा कालचा परिणाम असतो आणि उद्याचे कारण असतो.

– फिलिप ग्रिबल

30

वेळाच्या सर्वश्रेष्ठ उपयोगाचा तिसावा सिद्धांत

सापेक्षतेचा नियम समजून घ्या

एखाद्या सुंदर तरुणीशी प्रेमालाप करताना एक तास एका सेकंदाप्रमाणे वाटतो. लालभडक निखाऱ्यावर एक सेकंद बसणे हे एका तासासारखे वाटते याला सापेक्षता म्हणतात.

– अल्बर्ट आईनस्टाईन

सापेक्षतेचा नियम वेळाच्या संदर्भात फार महत्वाचा आहे. वेळ तेवढाच असतो. आपला त्याकडे बघण्याचा दृष्टिकोन बदलतो. तुम्ही बऱ्याच वेळा बघितले असेल मुले व्हिडिओ गेम खेळत असताना त्यांना तहान भूक जाणवत नाही. दोन तास कुठे गेले ते त्यांना कळतच नाही. मात्र अभ्यासाला बसलं की, त्यांना शंभर गोष्टी आठवतात आणि पंधरा मिनिटं झाली की, त्यांना खूप वेळ झाल्यासारखं वाटतं. हे सापेक्षतच्या नियमामुळे होतं.

जेव्हा तुम्ही एखादं प्रिय आणि मनपसंत काम करता तेव्हा तुम्हाला वेळाचं भान रहात नाही कारण तुम्ही लयबद्ध पद्धतीने काम करत असता ज्याला मानसशास्त्रीय भाषेत फ्लो मध्ये रहाणं अस म्हणतात. अशावेळी जेव्हा तुम्ही एखादं काम करता तेव्हा ते सहजच चांगल्याप्रकारे होतं, कारण प्रयत्न

न करताा ते सहजपणे आणि उत्तम प्रकारे होत असतं. म्हणूनच सापेक्षतेचा नियम लक्षात घेऊन आपलं काम मनोरंजक कसं होईल त्याचे उपाय शोधा. असं केल्याने तुम्हाला तुमच्या कामाची लय सापडेल. तुमच्या सगळयात महत्वाच्या कामाला मनोरंजक करा आणि मनोरंजक समजा.

समजा तुम्ही सेल्समन आहात आणि तुम्हाला तुमच्या कामाचा तिरस्कार वाटतो, अशा परिस्थितीत एक तास काम केल्यानेही तुम्ही थकून जाल आणि असा विचार कराल की उरलेलं काम आता उद्या करु या. याउलट तुम्ही तुमचं लक्ष्य काय आहे याचा विचार केलात, तुमच्या यापूर्वीच्या रेकॉर्डशी स्पर्धा केलीत, आज एक नवीन रेकॉर्ड करायचं ठरवलंत तर तो तुमच्यासाठी एक मनोरंजक खेळ वाटेल आणि उत्साहाने तुम्ही ते काम करू लागाल. असं काहीतरी करा ज्यात तुमचं मन रमेल. जर तुमचं काम इतकं नीरस असेल की ते मनोरंजक करताच येत नाही, तर काम तरी बदला किंवा एखाद्या माहितगार व्यक्तीला त्यात रंजकता कशी आणता येईल ते विचारा. काम संपल्यानंतर स्वतःलाच बक्षीस देण्याची लालूच दाखवा. काम संपल्यानंतर टेबलावर पाय पसरून हॉट चॉकलेट प्यायचं, एखादी फिल्म बघायची किंवा तुमच्या आवडीचं डिनर करायचं असं तुम्ही ठरवलं असेल तर त्यापासून तुम्हांला प्रेरणा मिळेल आणि कामातली गंमत वाढेल. एवढचं काय

आपल्या मुलाला माणूस बनवायला एका स्त्रीला वीस वर्षे लागतात आणि दुसरी वीस मिनिटात त्याला उल्लू बनवते.

– हेलन रोलँड

तुमच्या आर्थिक लक्ष्याचीही आठवण ठेवा. अशी कल्पना करा, की सुबत्ता आली तर तुमचं जीवन किती सुखाचं होईल.

ध्येय हे आपल्या पायांना पुढे जाण्याची शक्ति देते आणि कष्ट सहन करण्याची ताकद देते. जर तुमच्या स्वप्नात पुरेशी ताकद असेल तर ते तुम्हाला सतत पुढे जाण्यासाठी प्रेरित करेल.

सापेक्षतेचा नियम कधीच विसरू नका. तुम्ही काम करत असताना दुसऱ्यांना वाटेल तुम्ही उगाचच रात्रंदिवस मेहनत करत आहात, तुम्ही खरं तर त्यांच्यासारखी मौजमजा करायला पाहिजे. मात्र आपण रात्रंदिवस मेहनत करून आपल्या लक्ष्याकडे जात आहोत हे तुम्हांला माहीत असतं. एक वेळ अशी येईल की आपण आपले ध्येय प्राप्त करू आणि त्यानंतर आयुष्यभर मजा करू ही जाणीव तुम्हांला असते. यालाच सापेक्षता म्हणतात, एकाला वर्तमानातील कष्ट दिसतात तर दुसऱ्याला भावी आयुष्यातील सुख दिसते. निवड तुम्हांला करायची आहे.

> *ईश्वराने वेळाची निर्मिती केली तेव्हा ती मुबलकपणे केली.*
>
> *— आयरिश म्हण*

www.ingramcontent.com/pod-product-compliance
Lightning Source LLC
Chambersburg PA
CBHW022147060526
44654CB00043B/711